நோய் தீர்க்கும் கீரைகள்

கே.எஸ். சுப்ரமணி

கிழக்கு

நோய் தீர்க்கும் கீரைகள்
Noi Theerkum Keeraigal
K.S. Subramani ©

First Edition: May 2016
176 Pages

ISBN 978-93-84149-88-8
Kizhakku 926

Kizhakku Pathippagam
177/103, First Floor,
Ambal's Building, Lloyds Road
Royapettah, Chennai 600 014.
Ph: +91-44-4200-9603

Email : support@nhm.in
Website : www.nhm.in

kizhakkupathippagam
kizhakku_nhm

Kizhakku Pathippagam is an imprint of New Horizon Media Private Limited.

நோய் தீர்க்கும் கீரைகள்

சமர்ப்பணம்

ஸ்ரீ அரவிந்த அன்னைக்கு

நன்றி

என்னை உணவு மருத்துவ எழுத்தாளனாக
உருவாக்கிய திரு லேனா தமிழ்வாணன் அவர்கள்
என் மூத்த சகோதரி செல்வி கதி.வள்ளியம்மை

பொருளடக்கம்

முன்னுரை

நவீன மருத்துவத்தின் தந்தையான ஹிப்போக்கிரட்டீஸ் 'உணவே மருந்து' என்ற கொள்கையில் உறுதியாக இருந்தார். இவர் தேனையே பல்வேறு விதமான நோய்களுக்குக் கொடுத்து குணப்படுத்திக் காட்டினார்.

இவரது வழியில்தான் பழம், காய்கறி, கீரை முதலியவற்றையும் மருந்தாகப் பயன்படுத்தும் முறை உலகம் முழுவதும் பரவியது.

இந்த வகையில் இந்த நூலில் 30 க்கும் மேற்பட்ட கீரைகளின் மருத்துவக் குணங்கள் தரப்பட்டுள்ளன.

உங்களுக்கு ஏதேனும் உடல்நலப் பிரச்னை என்றால் கண்டிப்பாக உங்கள் மருத்துவரின் ஆலோசனைதான் தேவை. இதில் மாற்றமே இல்லை.

மருந்துடன் உங்கள் பிரச்னையைத் தீர்க்கும் கீரையையும் உணவு மருந்தாகச் சாப்பிட்டு வாருங்கள். நாளடைவில் மருந்தின் அளவு குறைந்து விடும். நீங்கள் உண்ணும் குறிப்பிட்ட சில வகைக் கீரையே உங்கள் நோயையும் குணப்படுத்தி உங்களை ஆரோக்கியம் மிகுந்த வராகப் புதுப்பித்தும் விடும்.

இந்த நூலில் முருங்கைக் கீரை, பசலை, பருப்புக் கீரை, புதினா, கொத்தமல்லி, கறிவேப்பிலை, தண்டுக் கீரை, முளைக் கீரை, வல்லாரை, கரிசலாங்கண்ணிக் கீரை போன்ற மிக முக்கியமான கீரைகளின் மருத்துவக் குணங்கள் தரப்பட்டுள்ளன.

உங்களுக்குரிய கீரையை வாரத்தில் மூன்று அல்லது நான்கு வேளை சாப்பிட்டு வந்தாலே போதும். உரிய பலன்கள் உறுதியாக உண்டு.

வாழ்க நலமுடன்! மிக்க அன்புடன்

கே.எஸ். சுப்ரமணி

ஆரோக்கியம் தரும் கீரைகள்

ஆதி மனிதன் முதன்முதலாக பழங்களையும் காய்கறிகளையுமே சாப்பிட்டான். இதன் பிறகே கீரைகளுக்கு முக்கியத்துவம் கொடுத்துச் சாப்பிட ஆரம்பித்தான்.

கீரைகளை முதலில் மருத்துவக் காரணத்திற்காகவே சாப்பிட்டான். ‘உணவே மருந்து’ என்ற கருத்துப் பிடிபடவே அவன் கீரைகளுக்கும் முக்கியத்துவம் கொடுத்துச் சாப்பிட ஆரம்பித்தான்.

காய்கறிகளுடன் கீரைகளும் செழித்து வளர்ந்த முதல் இடமாகச் சீனாவே திகழ்கிறது. இந்நாட்டின் மத்திய பகுதி மற்றும் மேற்குச் சீனப் பகுதிகளில் உள் மலைப் பிரதேசங்களில்தான் காய்கறிகளும் கீரைகளும் முதன்முதலாகத் தாமாகவே செழித்து வளர்ந்தன.

கீரைகளுள் அரசனாய்த் திகழ்வது லெட்டூஸ் என்னும் இலைக் கீரை. இந்த இலைக் கீரை பச்சடிக் கீரை வகையைச் சேர்ந்தது. இப்படிப்பட்ட பச்சடிக் கீரைகள் இந்தச் சீனப் பகுதியில்தான் முதலில் தோன்றின.

கி.பி. ஏழாம் நூற்றாண்டில் இருந்துதான் சீனர்கள் லெட்டூஸ் கீரையை உணவாகவும், உணவு மருந்தாகவும் பயமின்றிப் பயன்படுத்தத் தொடங்கினார்கள்.

சீனாவிற்கு அடுத்த மத்திய ஆசியக் கண்டப் பகுதிகளிலும், குறிப்பாக வடமேற்கு இந்தியா, ஆப்கானிஸ்தான் ஆகிய பகுதிகளிலும் இயற்கை யாகவே காய்கறிகளும், கீரைகளும் செழித்து வளர்ந்தன. இந்தப் பகுதி களில்தான் முதன்முதலாக பசலைக் கீரை நன்கு வளர்ந்து காணப் பட்டன.

இதற்கு அடுத்து மத்தியத் தரைக் கடல் பகுதியில் ஏகப்பட்ட கீரை இனங்கள் தோன்றி வளர்ந்தன.

தொல்பொருள் ஆராய்ச்சியாளர்களும் பண்டைய எகிப்து நாட்டின் நகர்ப்புற மக்களும்தாம் முதன்முதலாக வீடுகளிலும், தோட்டங்களிலும் தாவர இனங்களை வளர்த்து, அவற்றை உணவாகச் சாப்பிட்ட முதல் மனிதர்கள் என்று உறுதி செய்துள்ளனர்.

எகிப்தியர்கள் அஸ்பராகஸ் என்னும் தோட்டக் கீரை, முட்டைக்கோஸ், செலரிக் கீரை, பசலைக் கீரை, வெள்ளரிக்காய், பட்டாணி, வெங்காயம், முள்ளங்கி, முலாம் பழம் முதலியவற்றைப் பயிரிட்டுச் சாப்பிட்டார் கள்.

சீனர்கள் கி.மு. ஐந்தாம் நூற்றாண்டில் இருந்தே உணவில் கீரை வகைகளைச் சேர்த்து வருகின்றனர்.

4500 ஆண்டுகளுக்கு முந்தைய எகிப்தியக் கல்லறைகளில் லெட்டூஸ் என்னும் இலைக் காய்கறியின் படம் பொறிக்கப்பட்டுள்ளதைக் காணலாம்.

ஆக, பழங்கள், காய்கறிகள் முதலியவற்றுடன் கீரை வகைகளையும் நமது முன்னோர்கள் முக்கியத்துவம் கொடுத்துச் சாப்பிட்டு, தங்கள் வாழ்நாளை ஆரோக்கியத்துடன் அதிகரித்து வாழ்ந்துள்ளனர் என்பது உறுதி செய்யப்பட்ட, நிரூபிக்கப்பட்ட உண்மையாகும்.

நாமும் இன்றைய அவசர உலகில் பழங்கள், காய்கறிகள் ஆகியவற்றுடன் கீரைக்கும் முக்கியத்துவம் கொடுத்துச் சாப்பிட வேண்டும் என்பது மிக அவசியம்.

காரணம், இன்றைய மாணவ மாணவிகளுக்கும் பெண்களுக்கும் ரத்த சோகை பெரும் பிரச்னையாக இருக்கிறது. இத்துடன் 40 வயதைக் கடந்தால் எலும்பு மெலிவு நோயான ஆஸ்டியோபோரோசிஸ் என்ற நோயும் தாக்கி விடுகிறது. இதுவே, இடுப்பு வலி, முதுகு வலிக்கும் முக்கியமான காரணமாகும்.

தினம் அளவுடன் கீரையைச் சேர்த்து வந்தால் அதிலுள்ள இரும்புச் சத்தின் காரணமாக ரத்த சோகை குணமாவதுடன் எலும்பு மண்டலத்தையும் உறுதிப்படுத்துகிறது. இடுப்பு வலி, முதுகு வலி போன்றவற்றையும் தடுக்கும் சுண்ணாம்புச் சத்தும் கீரையின் மூலமே எளிதில் கிடைத்து விடும்.

இரும்புச் சத்தைப் போலவே சுண்ணாம்புச் சத்தும் எளிதில் செரிக்கக் கூடிய தன்மையைப் பெற்றுள்ளது. சுண்ணாம்புச் சத்து (கால்சியம்) ரத்தக் குழாய்களைத் தளர்த்தி, உயர் ரத்த அழுத்தத்தைக் குறைக்க

வல்லது என்று அமெரிக்காவின் பாஸ்டன் நகர ஆய்வாளர்கள் கண்டு பிடித்துள்ளனர்.

கீரைகளில் கால்சியச் சத்தும் அதிகம். சுண்ணாம்புச் சத்து அதிகம் உள்ள உணவுகளை உண்ணும்போது ரத்த அழுத்தம் உயர்வது தாமதப்படு கிறது. எலும்புகளும் நன்கு பராமரிக்கப்படுகின்றன. வளரும் குழந்தை கள் உட்பட அனைத்து வயதினரும் உறுதியான ஆரோக்கியமான உடலைப் பெறக் கால்சியம் தாராளமாகக் கிடைக்கும் கீரை வகை களையும் உணவில் சேர்த்து வருவது நல்லது. இரும்புச் சத்தால் ரத்த விருத்தியும் உண்டாகிறது.

கீரைகளை நன்கு சாப்பிட மூன்றாவது காரணம் இவற்றில் உள்ள நார்ப் பொருள்களே! பழங்கள், காய்கறிகள் போன்றவற்றில் இருப்பதைப் போலவே கீரைகளிலும் தாராளமாக உள்ள நார்ப் பொருள்களே உணவுப் பொருள்களை விரைந்து செரிமானம் ஆக்கப் பயன்படுகின்றன.

இவை ரத்தத்தில் தீய கொலஸ்ட்ரால் அளவையும் குறைத்து விடுகின் றன. தினமும் மலம் நன்றாக வெளியேறச் செய்கின்றன. செரிமான மும், மலம் வெளியேறுவதும் தவறாது நடைபெற நார்ப் பொருள்களே உதவுகின்றன. பித்த அமிலத்தைக் குடலிலிருந்து வெளியேற்ற நார்ப் பொருள்களே பயன்படுகின்றன.

அஸ்பராகஸ், (இதன் தமிழ்ப் பெயர் சதாவேரி (அ) தண்ணீர் விட்டான் கிழங்கு) பார்ஸ்லே கீரை, பசலைக் கீரை, அகத்திக் கீரை, புதினா போன்றவற்றில் நார்ப் பொருள்கள் தக்க அளவில் அமைந்துள்ளன.

கீரைகளில் உள்ள சுண்ணாம்புச் சத்தும், இரும்பும் இளமையில் இருப்பது போலவே எலும்பு மண்டல உறுதியுடன் வாழ வைக்கும். கால்சியம் குறைந்தால் நரம்பு தளர்ந்து இளமையிலேயே முதுமையான தோற்றம் ஏற்பட்டு விடும். எனவே, எந்த வயதிலும் ரத்த சோகை, முதுமைத் தோற்றம் இன்றி வாழ தினமும் ஒரு வேளை கீரையையும் நம் உணவில் சேர்த்து வர வேண்டும்.

கீரையைத் தேர்வு செய்து சமைக்கும் முறைகள்

- ஆர்கானிக் முறையில் வளர்க்கப்படும் கீரைகளையே தேர்வு செய்யவும்.
- கீரைகள் புதிதாக இருக்க வேண்டும். எனவே, வீட்டில் தொட்டிகளில் கூட சிறு வகை கீரைகளை வளர்த்தால் புதிய கீரை கிடைக்கும். கீரை வாடி வதங்கி இருக்கக் கூடாது.
- பூச்சிகள் அரித்த கீரையைத் தவிர்க்கவும்.

- கீரை வாங்கியதும் பிரித்துப் பெரிய வாளியில் போட்டு 20 நிமிடங்கள் வரை நீரில் ஊற விடுவும். பிறகு அலசினால் அதில் உள்ள மண் அகன்று விடும். பூச்சிக் கொல்லியின் வீரியம் இதனால் குறையும். நன்றாகக் கழுவுவதால் சுத்தமான கீரை கிடைக்கும்.

- கீரையைக் கழுவிய பிறகே நறுக்கவேண்டும். நறுக்கிய பிறகு மீண்டும் கீரையைக் கழுவ வேண்டாம். மீண்டும் கழுவினால் நியாசின், ஃபோலிக் அமிலம் போன்ற பி குரூப் வைட்டமின்களும் தாது உப்பு களும் போய் விடும்.

- கீரைகளை வேக வைக்க, சிறிதளவு தண்ணீர் ஊற்றினால் போதும். கொதி வந்ததும் நறுக்கிய கீரையைப் போட்டு வேக வையுங்கள். நீண்ட நேரம் வேக வைக்கக் கூடாது. இதே போல் நீண்ட நேரம் பொரிக்கவோ வதக்கவோ கூடாது. போதிய அளவு வெந்திருந்தாலே போதுமானது.

- மஞ்சள் தூள், உப்பு போட்டு வேக வைக்கும்போது மூடி போடவும். அடுப்பை 'சிம்'மில் வைக்கவும். 50 முதல் 75 சதம் வெந்திருந்தாலும் பரவாயில்லை. ஆனால், மழைக் காலத்தில் நன்றாக வேக வைக்க வேண்டும்.

- கீரையை வருடம் முழுவதும் சாப்பிடலாம். ஆனால், குறைந்த அளவே போதும். இரவில் சாப்பிட்டால் ஜீரணமாக நீண்ட நேரம் ஆகும். எனவே, இரவில் கீரை சாப்பிடுவதைத் தவிர்க்கவும்.

- கீரையை விடப் பருப்பின் அளவு குறைந்திருப்பதே நல்லது. இதனால் கீரையின் முழுப் பலனும் உடலுக்குக் கிடைக்கும். பருப்பின் அளவு சமமாகவோ அல்லது கூடுதலாகவோ இருக்கக் கூடாது.

- சமைத்த கீரை ஆறியதும் ஓர் எலுமிச்சம் பழத்தை நன்கு பிழிந்து விடவும். பருப்பின் மூலம் வைட்டமின் சி கிடைத்தாலும் எலுமிச்சை மூலம் வைட்டமின் சி நன்கு கிடைப்பதால் கீரையில் உள்ள இரும்புச் சத்தை வைட்டமின் சி நன்கு கிரகித்துக் கொள்ள உதவும். வைட்டமின் சி வளர்சிதை மாற்றத்தைத் துரிதப்படுத்துவதால் கீரையும் எளிதில் ஜீரணமாகும். குறிப்பாக, ரத்த சோகைக்காக தினம் ஏதேனும் ஒரு கீரையை உண்டு வருபவர்கள் எலுமிச்சைச் சாற்றை சமைத்த கீரையில் பிழிந்து விட்டுச் சாப்பிடுவதே நல்லது.

- சிறுநீரகத்தில் கற்கள் உருவாகும் என்ற பயம் பலருக்கு உள்ளது. இதனால் கீரையை அளவுடன் சாப்பிட்டால் போதும். தினமும்

குழந்தைகளுக்கு **50** கிராம், ஆண்களுக்கு **40** கிராம், பெண்களுக்கு **100** கிராம் என்ற அளவில் கீரை தேவை. அதிகம் வேண்டாம்.

- கீரையைப் பிரஷர் குக்கரில் சமைக்கக் கூடாது. நன்கு கழுவிய பிறகு ஐந்து முதல் ஏழு நிமிடங்களுக்குள் சமைத்து விடவும். நீண்ட நேரம் அடுப்பில் இருந்தால் மனதிற்கு மகிழ்ச்சி தரும் குளோரபில்லும், மக்னீசியம் உப்பும், பிற சத்துக்களும் குறைந்து போய் விடும்.

- சாதம், சம்பா ரவை, இட்லி, கேழ்வரகு போன்ற முழுத் தானியங்களுடன் சேர்த்துச் சாப்பிட்டால்தான் கீரையின் பயன் முழுமையாகக் கிடைக்கும்.

பசலைக் கீரை

காய்ச்சலைக் குணமாக்கும் அரிய கீரை

உலகம் முழுதும் புகழ் பெற்ற சூப் எது என்றால் அது பசலைக் கீரை சூப்தான். நாமும் இதை சூப்பாகவே அருந்தலாம்.

மக்கள் இந்தக் கீரையை ஒரு காய்கறியாகத்தான் பார்க்கின்றனர். அதற்கு ஏற்ப ஆண்டு முழுவதும் பசலைக் கீரை கிடைக்கிறது. மனத்திற்குத் திருப்தி தரும் அரிய தரமுள்ள முதல் கீரை பசலைக் கீரைதான். அந்த அளவிற்குச் சாப்பிடச் சாப்பிட மிகவும் ருசியாக இருக்கும் கீரை இது. அதனால்தான் தினமும் இந்தக் கீரையை வாங்கி மற்ற கீரைகளைப் போலவே சமைத்துச் சாப்பிடுகின்றனர்.

பசலைக் கீரையின் மருத்துவக் குணங்கள்

- நோய் நுண்மங்களைச் சேர்ந்த பொருள்களை உடலுக்குச் சென்று விடாமல் தடுக்கிறது. அதாவது பாக்டீரியாக்களை எதிர்க்கிறது.
- நச்சு நுண்மங்களான வைரஸ் கிருமிகள் உடலுக்குள் நுழையாமல் தடை செய்கிறது.
- ஆண்ட்டி ஆக்ஸிடென்ட்டாகச் செயல்படுகிறது.
- உடலில் வீக்கம் மற்றும் அழற்சி ஏற்படாமல் தடுக்கிறது.
- உடல் முதுமையடைவதைத் தடுக்கிறது.

- புற்று நோயை எதிர்க்கிறது; குணமாக்குகிறது.
- உடலிலுள்ள விஷப் பொருள்களை அகற்றுகிறது.
- ரத்தத்தில் சர்க்கரை அளவைச் சரியாக நிர்வகிக்கிறது.
- உடலுக்கு அதிக சக்தியை உற்பத்தி செய்து தருகிறது.
- மூளையின் செயல் திறனைப் புதுப்பிக்கிறது.
- தலை முடி, நகம், பற்கள் ஆரோக்கியமாகத் திகழ உதவுகிறது.
- தோலுக்கு நன்மை செய்கிறது.
- பார்வைத் திறனைக் கூர்மைப்படுத்துகிறது.
- இதயத்துக்கு நல்லது.
- நோய் எதிர்ப்புச் சக்தியைப் புதுப்பிக்கிறது.
- தசை மண்டலம் சிறப்பாகச் செயல்பட உதவுகிறது.
- ஜீரண மண்டலத்துக்கு நல்லது.
- நாளமில்லாச் சுரப்பிகள் சிறப்பாக இயங்கி, தேவையான ஹார்மோன்கள் உரிய நேரத்தில் செரிக்க உதவுகிறது.
- பசலைக் கீரையின் ஆங்கிலப் பெயர் SPINACH.

100 கிராம் பசலைக் கீரையில் உள்ள சத்துகள்

புரதம்	-	*2.0 கிராம்*
கொழுப்பு	-	*0.7 கிராம்*
நார்ச் சத்து	-	*0.9 கிராம்*
மாவுப் பொருள்	-	*3 கிராம்*
கால்சியம்	-	*73 மில்லி கிராம்*
பாஸ்பரஸ்	-	*21 மி.கி.*
இரும்பு	-	*11 மி.கி.*
மக்னீசியம்	-	*85 மி.கி.*
பொட்டாசியம்	-	*205 மி.கி.*
சோடியம்	-	*60 மி.கி.*
கந்தகம்	-	*30 மி.கி.*
குளோரின்	-	*55 மி.கி.*
வைட்டமின் சி	-	*28 மி.கி.*
ஃபோலிக் அமிலம்	-	*50 மைக்ரோ கிராம்*
கரோட்டீன்	-	*6000 மைக்ரோ கிராம்*

இத்துடன் பி குரூப் வைட்டமின்களான தயாமின், ரிபோ ஃபிளவின், நியாசின் போன்றவை சிறிதளவு உள்ளன. மாங்கனீஸ் உப்பும் உள்ளது.

உடல் வளர்ச்சிக்கும் பாதுகாப்பிற்கும் தேவையான லியூசின், லைசின், டைரோசின், ஆர்ஜினைன், ஃபீனைல் அலனின், திரயோனைன். ஹிஸ்டிடைன், ஐஸோலியூசின், மெதியோனைன், வேலைன், டிரைப்டோபன், சிஸ்டைன் போன்ற முக்கியமான அமினோ அமிலங்கள் போதிய அளவில் பசலைக் கீரையில் உள்ளன.

இந்த அளவிற்குப் புரதம் இருப்பதால்தான் பசலைக் கீரையை **'கீரைகளின் ராஜா'** என்கிறார்கள். சிறந்த புரத உணவாகவும் ஊட்டம் மிக்க சத்துணவாகவும் திகழ்கிறது.

100 கிராம் ஆட்டுக் கறி, கோழிக் கறி, மீன், முட்டை போன்றவற்றில் கிடைக்கும் புரதத்தை விட அதிக அளவு தரமான புரதம் பசலைக் கீரையின் மூலமே குறைந்த செலவில் கிடைக்கிறது.

பசலைக் கீரைக்கு பச்சை நிறத்தைத் தரும் நிறமியான குளோரபில் (Chlorophyll)லை 'தாவர ரத்தம்' என்கின்றனர். உடல் சோர் வடையாமல் இருக்க இந்த குளோரபில் என்ற பச்சையம் உதவுகிறது. அத்துடன் திசுக்களை புற்று தாக்காமல் அடித்து வெளியேற்றி விடுகிறது.

மேலும், பசலைக் கீரையின் இலைகள் அகலமாக இருக்கும். இதில் ரத்தத்தில் சர்க்கரை அளவைக் கட்டுப்படுத்தும் குரோமியம் உப்பும், மூளையின் திசுக்களில் விஷப் பொருள்களும், உலோகப் பொருள்களும் சேமிப்பாகாமல் தடுத்து வெளியேற்றும் லிப்போயிக் அமிலமும் (Lipoic Acid) தாராளமாக உள்ளன. இதனால் வயதான காலத்திலும் ஞாபக சக்தி மிகவும் விழிப்புணர்வுடனும் ஆற்றலுடனும் இருக்கும்.

இதனால்தான் பசலைக் கீரையை சாலட்டாகவும் அவசியம் சாப்பிடச் சொல்லுகின்றனர்.

> கீரைகளுள் முக்கியக் கீரையாக நோய்களைக் குணப்படுத்துவதுடன், நோய்த் தடுப்பு மருந்தாகவும் உடலுக்கும் மனதிற்கும் ஆறுதலும் சக்தியும் வழங்கும் அரிய உணவு மருந்தாகவும் பசலைக் கீரை திகழ்கிறது.

பசலைக் கீரையை எப்படிச் சாப்பிடுவது?

பசலைக் கீரை சற்று உறைப்பானது. அதே நேரத்தில் சற்று இனிப்பாக வும் எளிதில் செரிக்கக்கூடியதாகவும் இருக்கிறது. உடலுக்குக் குளிர்ச்சி யைத் தந்து, வறண்ட தோலை பளபளப்பாகவும் மாற்றுகிறது.

கீரையை ஒரு முறை மட்டும் கழுவி சாறாக மாற்றி அருந்துவதே அதிக அளவு நன்மை பெற எளிய வழி.

இரண்டாவதாக, கீரையைச் சிறிது சிறிதாக நறுக்கி மென்று சாப்பிடுவதும் நல்லது.

மூன்றாவதாக சூப், பொரியல், அவியல், பச்சடி என்றும் தயாரித்துச் சாப்பிடலாம்.

ஒருமுறைக்கு மேல் கீரையைக் கழுவினால் கீரையில் உள்ள வைட்டமின்கள் கரைந்து/குறைந்து போய்விடும். இதேபோல அதிக நேரம் வேக, அவிய வைத்தாலும் சத்துகள் அழிந்து போய்விடும்.

சமைத்த கீரை என்றால் அரை கோப்பையும், சமைக்காமல் சாலட்டாக சாப்பிடுவது என்றால் ஒரு கோப்பையும் கீரை இருக்க வேண்டும்.

சமைக்காத கீரையைச் சாப்பிடும்போது அதில் ஓர் எலுமிச்சம் பழத்தைப் பிழிந்து சாப்பிடலாம். இதற்கு அரை மூடி எலுமிச்சையை சாறாகப் பிழியலாம். இதனால் கீரையில் உள்ள இரும்புச் சத்து மிக எளிதாக எலுமிச்சை மூலம் கிடைக்கும் வைட்டமின் சியால் உறிஞ்சிக் கொண்டு விடும்.

சமைத்த கீரையில் பீட்டா கரோட்டீன் சத்து அதிக அளவு பிரிந்து உடலுக்கு நன்கு கிடைக்கும். அதே நேரத்தில் கீரையில் உள்ள ஃபோலிக் அமிலமும் வைட்டமின் சியும் குறைவாகவே கிடைக்கும். எனவே, மதிய உணவில் கொண்டைக் கடலை, மொச்சை என்று ஏதாவது சேர்த்துக்கொண்டால் ஃபோலிக் அமிலமும் வைட்டமின் சியும் எளிதில் கிடைத்து விடும். இல்லையென்றால் பாசிப் பருப்பு கூட்டும் நல்லெண்ணையும் சாதத்தில் சேர்த்துச் சாப்பிட்டால் இதனால் மேற்கண்ட இரு வைட்டமின்களும் எளிதில் கிடைத்து விடும்.

கீரையைச் சமைக்கும்போது கீரையைவிட பருப்பின் அளவு குறைவாகச் சேர்க்கப்பட வேண்டும். தேங்காய்த் துருவல் சேர்ப்பதால் கீரைகளில் மறைந்துள்ள கண்ணுக்குத் தெரியாத நோய்க் கிருமிகள் வெளியேறி விடும். காரணம், தேங்காயில் உள்ள லாரிக் அமிலம், வைரஸ் கிருமிகளையும் பாக்டீரியாக்களையும் உடனே அழித்து வெளியேற்றி விடுகிறது. தேங்காய்ப் பாலும் சேர்க்கலாம்.

பசலைக் கீரையை யாரெல்லாம் சாப்பிடக் கூடாது?

100 கிராம் கீரையில் சிறுநீரில் கற்களை உண்டாக்கும் ஆக்ஸாலிக் அமிலம் 660 மில்லி கிராம் என்ற அளவில் இருக்கிறது. ஆக்ஸாலிக் அமிலம் ரத்தத்தைச் சுத்தப்படுத்துகிறது. அதே நேரத்தில் இந்த அமிலம்

ரத்தத்தில் அதிகம் சேர்ந்தால் சிறுநீரகக் கற்கள் உருவாகும் வாய்ப்பு உள்ளது. எனவே, தினம் ஒரு கிண்ணம், அரை கிண்ணம் என்ற அளவில் பயமின்றிச் சாப்பிடலாம். அதிகம் வேண்டாம்.

அதே நேரத்தில் சிறுநீரகக் கற்கள் தொடர்பாகவும், கல்லீரல் நோய் தொடர்பாக சிகிச்சை பெறுகிறவர்களும் பசலைக் கீரையை முற்றிலும் தவிர்க்கவும். இல்லையென்றால், உங்கள் மருத்துவர், சத்துணவு நிபுணர் ஆகியோரின் ஆலோசனைப்படி சாப்பிடவும்.

பசலைக் கீரையைப் பயமின்றித் தினமும் சாப்பிட தயிர், பால் அல்லது கால்சியம் அதிகம் உள்ள உணவுகளுடன் சேர்த்துச் சாப்பிட்டால் கீரையில் உள்ள ஆக்ஸாலிக் அமிலத்தை உடல் உறிஞ்சுவதை கால்சியம் எளிதில் தடுத்து விடுகிறது என்று 2013ல் இங்கிலாந்து சத்துணவு நிபுணர்கள் கண்டுபிடித்து உறுதி செய்துள்ளனர்.

மலச் சிக்கல்

நாம் சாப்பிடும் பிற உணவுகளின் சத்துகள் எளிதில் உடலில் சேரவும், அதே நேரத்தில் மலச் சிக்கலைத் தீர்க்கவும் பசலையில் தாராளமாக உள்ள நார்ச் சத்து உதவுகிறது.

உணவின் சாரத்தை வயிற்றில் நன்கு பக்குவப்படுத்தி எளிதில் செரிக்கக் கூடிய உணவாகவும் மாற்றி விடுகிறது. உணவைப் பக்குவப்படுத்தி தேவையான ஈரம் வெப்பம் பசலையில் இருந்தே கிடைக்கிறது. நார்ச் சத்து உடலில் உள்ள விஷப் பொருள்களையும் வெளியேற்றி விடுகிறது. இருமலும், ஆஸ்துமாவும் இருந்தால் அவற்றையும் பசலைக் கீரை குணமாக்கி விடுகிறது.

மலச் சிக்கல் குணமாக காலையில் இந்தக் கீரைச் சாற்றை அருந்தி வந்தால் போதும். 50 கிராம் கீரையைச் சுத்தம் செய்து மிக்ஸி மூலம் சாறாக்கி வடிகட்டி அருந்தவும். இது குடலுக்குச் சக்தியைக் கொடுத்து, கழிவுகளை எல்லாம் வெளியே கொண்டு வந்து தள்ளி விடும். அந்த அளவிற்குச் சக்தி வாய்ந்தது பசலைக் கீரை.

பல் வலி

பற்சிதைவையும் பல் ஈறுகளில் உள்ள கோளாறுகளையும் முக்கியமாக பல் வலியையும் குணமாக்க தலா 50 கிராம் பசலைக் கீரை, கேரட் என இரண்டையும் சாறாக்கி (கீரைச் சாறை வடிகட்ட வேண்டும்) ஒன்றாகக் கலந்து குடித்து வந்தால் பற்கள் விழுந்து விடாமல் உறுதியாக நிற்கும். பற்களின் ஆரோக்கியத்திற்கு இந்தச் சாறு மிகவும் நல்லது. ஆஸ்துமா

வையும் குணப்படுத்த இதே முறையில் பசலை + கேரட் சாறு அருந்தி வரவும்.

சிறுநீர் நன்கு பிரிய

சிறுநீர் நன்கு பிரிய பசலைக் கீரைச் சாற்றில் ஓர் இளநீரைக் கலந்து தினம் இரு வேளை அருந்தி வரவும். இரண்டிலும் உள்ள நைட்ரேட் உப்பும், பொட்டாசியம் உப்பும் சிறுநீர் நன்கு பிரிய உதவும். சிறுநீர்ப் பைகளின் வீக்கம், சிறுநீரகங்களில் வீக்கம் என அனைத்தும் குணமாகும்.

தொண்டைக் கட்டு, டி.பி. குணமாக பசலைக் கீரை இலைகளுடன் இரண்டு தேக்கரண்டி வெந்தயம் சேர்த்து காய்ச்சி வடிகட்டி அதில் தேன் ஒரு தேக்கரண்டி சேர்த்து அருந்தவும்.

காய்ச்சல் குணமாகும்

கீரையில் உள்ள தாது உப்புகள் ரத்தத்தில் காடித்தன்மையைக் குறைக் கின்றன. இதனால் உடல் நல ஆரோக்கியம் புதுப்பிக்கப்படுகிறது. நோய்களும் விரைந்து குணமாகின்றன.

அடிக்கடி காய்ச்சல் என்பவர்களும் நாள்பட்ட நோயினால் அவதிப்படு கிறவர்களும் விரைந்து குணமாக இதில் தாராளமாக உள்ள காரச் சத்தும், பி குரூப் வைட்டமின்களும், பீட்டா கரோட்டீனும் நன்கு உதவுகின்றன.

எனவே, காய்ச்சலின்போது பசலைக் கீரை சாப்பிட மறவாதீர்கள். இத்துடன் தயிர், பால், கேழ்வரகு ரொட்டி என்று எதையாவது ஒன்றை யும் சேர்த்துக் கொள்ளுங்கள். இதனால் ரத்தத்தில் பீட்டா கரோட்டீன் சத்து தாராளமாக உயர்ந்து காய்ச்சல் உடனே குணமாகி விடும்.

மேலும் காரச் சத்து அதிகமுள்ள முதல் கீரை, பசலைக் கீரைதான் (பழங்களுள் காரச் சத்து தாராளமாக உள்ள முதல் பழம் எலுமிச்சை). இதனால் இக் கீரையைச் சாப்பிட்டதும் இதில் உள்ள காரப் பொருள் ரத்தத்தைச் சுத்தப்படுத்தி விடுவதால் திசுக்களும் சுத்தமாகி நோய்க் கிருமிகளும் அழிகின்றன. இதனால் காய்ச்சலில் இருந்து மட்டுமல்ல; நாள்பட்ட நோய்களிலிருந்தும் விடுபட ஆரம்பிக்கிறோம்.

பார்வைத் திறனுக்கும் இளமைக்கும்...

பசலைக் கீரையில் தாராளமாக உள்ள வைட்டமின், பீட்டா கரோட்டீன் தான். இதுவே 'வைட்டமின் ஏ'யாக மாறி பார்வைத் திறனை அதிகரிக் கிறது. இத்துடன் வயதாவதால் ஏற்படும் பார்வைத் திறன் குறைபாட்டை இக்கீரையில் உள்ள லுட்டின், ஜியாக்ஸ் ஆன்த்தின் என்ற இரு சக்தி வாய்ந்த ஆன்ட்டி ஆக்ஸிடென்ட்டுகளும் தடுக்கின்றன. இதனால் முதிய வயதில் தெளிவான பார்வைத் திறனை உறுதியாகப் பெறலாம்.

மேலும், உடல் முதுமை அடைவதையும் வைட்டமின் ஏ தடுக்கிறது. இந்த வைட்டமின் திசுக்களை ஆரோக்கியமாகப் பாதுகாப்பதால் வயதாவதால் உடல் முதுமையடைவதைத் தடுத்து, இளமைத் தோற்றத் துடன் ஆற்றலும் குறையாமல் காட்சியளிக்கலாம். எலும்பு மண்டலத் திற்குத் தேவையான கால்சியமும் கிடைத்து விடுவதால் உடலும் உறுதியாக தொடர்ந்து இருக்கும்.

மாத விலக்கு

பெண்களுக்கு மாத விலக்கின்போது ஏற்படும் வலி, ஆஸ்துமா, புண்கள், பருக்கள் முதலியவற்றையும் பசலைக் கீரையில் உள்ள வைட்டமின் ஏ குணமாக்குகிறது. இதனால் சிறந்த நோய் எதிர்ப்புச் சக்தி உணவாகவும் பசலைக் கீரை திகழ்கிறது.

வாரத்தில் மூன்று நாள்கள் பசலைக் கீரைப் பச்சடியுடன் பரங்கிக் காய் கூட்டும் சேர்த்துக் கொண்டால் நீங்கள் முழு ஆற்றலுடன் 100 ஆண்டு களைத் தாண்டியும் இளமைத் துடிப்புடன் முழு நலத்துடனும் வாழ்வீர் கள். ஏனெனில், பரங்கிக் காயும் பீட்டா கரோட்டீன் சத்து நிறைந்த காய்கறி என்பதால்!

எனவே அனைத்து வயதினரும் பசலைக் கீரைக்கு முக்கியத்துவம் கொடுத்து சாப்பாட்டில் சேர்த்துக்கொள்வது உடல்நலத்துக்கு மிகச் சிறந்தது.

மூளையை நன்கு செயல்பட வைக்கும் பசலைக் கீரை

மூளை மின்னாற்றலுடன் செயல்பட போரான் உப்பு தேவை. பசலைக் கீரையில் இந்த உப்பு தாராளமாக உள்ளது. மேலும், தாவர வகையில் இருந்து கிடைக்கும் ஒமேகா 3 என்ற கொழுப்பு அமிலம் பசலைக் கீரையில் தாராளமாக இருக்கிறது. இதுவும் மூளையைப் பாதுகாத்து ஆற்றலுடன் செயல்பட வைக்கிறது. கால்சியத்தையும் மக்னீசியத்தை யும் உறிஞ்சிக்கொள்ள இந்தப் போரான் (Boron) உப்பு தேவை.

மாத விலக்கு நின்ற பெண்களுக்கு எஸ்ட்ரோஜன், டெஸ்டோஸ்ட்ரன் ஆகிய இரு ஹார்மோன்களும் போதிய அளவில் சுரக்க உதவுகிறது. சிறுநீர் மூலம் இந்த இரு ஹார்மோன்களும் வெளியேறாமல் தடுத்து போரான் உப்பு பாதுகாப்பளிக்கிறது.

மூலத் தொந்தரவு

பசலைக் கீரைச் சாறு சிறுநீர்க் கழிவைத் தூண்டக் கூடியது. மூலத் தொந்தரவையும் குணமாக்கும். ரத்தப் போக்கு உள்ள பெண்கள் பசலையை பச்சடி, சூப், சாறு என்று மாற்றி மாற்றி அருந்தினால் ரத்தப் போக்கு முழுமையாகக் குணமாகும்.

இதய நோய்கள்

பசலைக் கீரையில் மக்னீசியம் என்ற தாது உப்பு மிகவும் தாராளமாக இருக்கிறது. மன அழுத்தம் குணமாகவும், இருதய நோய்கள் குணமாக வும், மக்னீசியம் உதவுகிறது. இதயம் வேக வேகமாகத் துடித்து நெஞ்சு படபடப்பாக இருந்தால் மக்னீசியம் உடலில் குறைந்துள்ளது என்று அர்த்தம். நரம்பு மண்டலத்துக்கு ஓய்வு கொடுத்து மீண்டும் புத்துணர் வுடன் செயல்பட வைக்கும் அரிய உப்பு இது.

ரத்த நாளங்களில் ஏற்படும் அடைப்பைக் குறைப்பதற்கும் மக்னீசியம் அவசியம். மக்னீசியம் உப்பு அதிகமுள்ள இலைக் காய்கறிகளையும் நன்கு சேர்த்துக் கொண்டால் மாரடைப்பையும் இருதய நோயையும் முற்றிலும் தடுக்கலாம். மேலும் ஆஸ்துமா, மூட்டு வீக்கம் போன்ற நோய்களையும் மக்னீசியம் விரைந்து கட்டுப்படுத்த உதவுகிறது.

மாரடைப்பைத் தடுக்கும் துணை நொதி

CoQ10 என்ற நொதியும் பசலைக் கீரையில் தாராளமாக உள்ளன. இது சக்தி வாய்ந்த ஆன்ட்டி ஆக்ஸிடென்ட்டாகும். கொழுப்பில் கரைவது. துணை நொதி குறைந்த அளவு இருந்தால் மாரடைப்பு அபாயம் உள்ளது.

இதயம் எல்லா நேரங்களிலும் சீராக இயங்க இணை நொதி CoQ10 தேவை. இதை பசலைக் கீரை எளிதில் வழங்குகிறது.

பொட்டாசியம் உப்பும் தாராளமாக இருப்பதால் ரத்தக் குழாய்களில் அடைப்பு ஏற்படாது. இதனால் மாரடைப்பும் பக்கவாதமும் தடுக்கப் படுகிறது.

மேலும் இக் கீரையில் உள்ள கால்சியம் ரத்தக் குழாய்களைத் தளர்த்தி, உயர் ரத்த அழுத்தத்தைக் குறைத்து விடுகிறது. இதனால் ரத்தக் கொதிப்பும் மாரடைப்பும் முழுமையாகத் தடுக்கப்படுகிறது. இரும்புச் சத்துடன் சேர்ந்து எலும்பு மண்டலத்தைப் பலப்படுத்தவும் கால்சியம் உதவுகிறது.

ரத்த சோகை

பள்ளி மாணவ மாணவிகளும் ரத்த சோகையால் அவதிப்படுகிறவர் களும் விரைந்து குணமாக இதில் உள்ள இரும்புச் சத்து உதவும். இந்த இரும்புச் சத்து எளிதில் உடலால் உறிஞ்சப்படத் தேவையான அளவு வைட்டமின் சியும் கீரையில் உள்ளதே இதற்குக் காரணம். ரத்த சோகை யைக் குணமாக்கும் மிகச் சிறந்த உணவு பசலைக் கீரை.

எனவே, தினம் சமைத்த பசலைக் கீரையை கிண்ணம் அளவு உணவில் சேர்த்து வாருங்கள். பச்சடியாகவும் சாப்பிடலாம்.

ஆண்மைக் குறைவு அகலும்; உடல் பருமன் குறையும்

பசலைக் கீரையை ஆண்கள் சாப்பிட்டு வந்தால் ஆண்மைக் குறைவு பிரச்னை உறுதியாகக் குணமாகும்.

காரணம், இக் கீரையில் ஆர்ஜினைன் என்ற அமினோ அமிலம் தாராளமாக இருக்கிறது. இது ஆண்மைக் குறைவை குணமாக்குகிறது. இத்துடன் உடல் பருமனையும் குறைக்கிறது. உடலில் கொழுப்பு சேமிப்பாகாமல் ஆர்ஜினைன் கரைத்து விடுகிறது. எனவே, உடல் 'சிக்'கென்று மாறுகிறது. மேலும் கொழுப்பைக் கரைக்கும் கால்சியமும் தாராளமாக இருப்பதால் உறுதியாக உடல் பருமன் குறையும். அழகான தோற்றத்தைப் பராமரிக்க பெண்களும் பசலைக் கீரையை நன்கு பயன்படுத்தவும்.

நன்கு பசி எடுத்துச் சாப்பிடவும், உற்சாகமாக வாழவும்...

இக் கீரையை முடிந்தவரை பச்சையாகவே சாப்பிடுவது நல்லது. இதனால் எளிதில் ஜீரணமாகும். ஆக்ஸாலிக் அமிலமும் உடலில் அதிகம் சேராது.

பசலைக் கீரையை முதலில் சிறு சிறு துண்டுகளாக வெட்டவும். அதில் தக்காளி, வெள்ளரிக்காய், வெங்காயம், கேரட் ஆகியவற்றின் துண்டு களையும் இட வேண்டும். இந்தக் கலவையில் ஆலிவ் எண்ணெய் ஒரு தேக்கரண்டி அளவும் எலுமிச்சம் பழச்சாறு ஒரு தேக்கரண்டியும் சேர்த்து அனைத்தையும் நன்கு கலக்கிச் சாப்பிட்டு வந்தால் ரத்த சோகை, இதய நோய், பசியின்மை, சீதள பேதி என அனைத்தும் குணமாகும். இந்த சாலட்டால் உடலுக்கு நன்கு இரும்புச் சத்தும் கிடைக்கும்.

கீரையை லேசாக அவிய வைத்துச் சாப்பிட்டாலும் ஆக்ஸாலிக் அமிலமும் உடலில் குறைவாகவே சேரும்.

பாசிப் பருப்பு சேர்த்து பச்சடியாகச் சாப்பிட்டு வந்தால் வாந்தி, நீரடைப்பு, பசியின்மை, ருசியின்மை, மூத்திரக் கடுப்பு, மலச் சிக்கல் முதலிய பிரச்னைகளும் எளிதில் குணமாகின்றன.

பசலைக் கீரையை வாரத்திற்கு நான்கு வேளைகள் மட்டும் சாப்பிடு கிறவர்கள் கூட நல்ல ரத்தத்தைப் பெற்று நோய் எதிர்ப்புச் சக்தியுடன் உற்சாகத்துடன் வாழ்கின்றனர். காரணம், பசலைக் கீரையில் மனத்திற்கு உற்சாகம் ஊட்டும் 'டிரைப்டோபன்' என்ற அமினோ அமிலமும்,

செலினியம் உப்பும் உள்ளன. இவை இரண்டும் சிறிதளவே இருந் தாலும் உற்சாகத்தைப் புதுப்பித்துக்கொண்டே இருக்கின்றன.

நீரிழிவு

இரண்டொரு நாள்கள் பாசிப் பருப்பு சேர்த்துச் சமைத்துச் சாப்பிட்டு வந்தாலே போதும் இந்த உண்மைகளை நாம் மனதார உணர முடியும். சாப்பாட்டில் பசலைக் கீரையை சேர்த்துக்கொள்வதால் உடலில் வெப்ப மும், பித்தக் கோளாறும் குணமாகும்.

கீரையின் இளந் தண்டுகளையும் பச்சையாகச் சாப்பிடலாம். தண்டை யும் சாறாகத் தயாரித்து அருந்தலாம். தண்டின் சாறும் உடலுக்குச் சத்துணவாகவும், இன்றியமையாத மருந்தாகவும் செயல்படும்.

தோல் நோயாளிகள் இக் கீரையைச் சாறாக அருந்தி வந்தால் விரைவில் குணமாவார்கள். கீரையில் உள்ள மாங்கனீஸ் உப்பு, நீரிழிவு நோயைக் குணமாக்குகிறது. எனவே, நீரிழிவு நோயாளிகளும் முகத்தில் பருக்கள் உள்ள பெண்களும் தினசரி 50 கிராம் கீரையைச் சாறாக மாற்றி வடிகட்டி அருந்தி வரவும். ரத்த சோகையையும் இந்தச் சாறு எளிதில் குணப்படுத்தும்.

தினமும் காலை 11 மணிக்கு மிளகு சேர்த்த பசலைக் கீரை சூப்பைத் தயாரித்து ஒரு டம்ளர் வீதம் சூடாக அருந்தி வந்தால் மேற்கண்ட நன்மைகளுடன் உடல் பருமனும் விரைந்து குணமாகும்.

இடுப்பு வலி, முதுகு வலி போன்றவற்றால் அவதிப்படும் ஆண்களும் பெண்களும் மிளகு சேர்த்த பசலைக் கீரை சூப் அருந்தி வருவது நல்லது. இதனால் மருத்துவச் செலவு இன்றியே வலிகள் பறந்து போய் விடும்.

நன்கு பசி எடுத்துச் சாப்பிட பொரியலாகத் தண்ணீர் ஊற்றாமல் சமைக்க வேண்டும். இப்பொரியலை உண்பதால் இருமலும் சளியும் குணமாகும். பசியின்மை நீங்கும்.

காது நன்கு கேட்க உதவும் பசலைக் கீரை

வயதாக வயதாக காது கேட்காமல் போவதைத் தடுப்பது பசலைக் கீரைதான் என்று கண்டுபிடித்துள்ளனர். கலிபோர்னியா (அமெரிக்கா) மாநிலத்தில் 26 ஆயிரம் ஆண்களைப் பரிசோதித்தபோது பசலைக் கீரையை முக்கிய உணவாகச் சாப்பிட்டு வந்தவர்களின் ரத்தத்தில் ஃபோலிக் அமிலம் தாராளமாக இருந்தவர்களுக்கு காது கேட்கும் தன்மை - அதாவது சரியாகக் கேட்காதது 20% மட்டுமே இருந்ததைக் கண்டுபிடித்தனர்.

புராக்கோலி என்னும் பச்சை நிறக் கோஸை முக்கிய உணவாகச் சாப்பிட்டு வந்தவர்களுக்கு காது கேட்கும் திறன் குறைவாக இருந்தது. காரணம், புராக்கோலியில் உள்ளதை விட இரு மடங்கு அதிகமாக ஃபோலிக் அமிலம் பசலைக் கீரையில் இருப்பதே!

எனவே, சிறிது சாப்பிட்டாலும் ஃபோலிக் அமிலம் ரத்தத்தில் உயர்ந்து விடும். மன இறுக்கத்தை அகற்றி மகிழ்ச்சியாக வாழ வைப்பதும் ஃபோலிக் அமிலத்தின் குணங்களே.

பசலைக் கீரையுடன் தயிர், ஆரஞ்சு சாறு, புராக்கோலி ஆகியவற்றைச் சாப்பிடுவதும் நல்லதே. இவற்றிலும் ஃபோலிக் அமிலம் இருக்கிறது. ஆனால், பசலைக் கீரையில் தாராளமாக இருக்கிறது.

ஆரோக்கியமான குழந்தை பெற...

கர்ப்பிணிகளும் பாலூட்டும் தாய்மார்களும் பசலைக் கீரையைத் தொடர்ந்து சாப்பிட வேண்டும். தினமும் ஒரு வேளை சமைத்த கீரையை ஒரு கிண்ணம் அளவு சாப்பிட்டு வந்தால் கூடப் போதும்.

காரணம், பசலைக் கீரையில் தாராளமாக உள்ள ஃபோலிக் அமிலம் கருவில் உள்ள குழந்தையின் மூளை வளர்ச்சிக்கு மிகவும் உதவும். குழந்தை, பிறவிக் குறைபாடு மற்றும் முதுகுக் கோளாறு இன்றி ஆரோக்கியமாகப் பிறக்கும்.

கால்சியம், இரும்பு தாது உப்புகளுடன் ஃபோலிக் அமிலமும் நன்கு சேர்ந்தால்தான் ஆரோக்கியமான குழந்தை உறுதியாகப் பிறக்கும். இந்த மூன்று சத்துகளும் பசலைக் கீரையில் தாராளமாக உள்ளன. குறிப்பாக, கர்ப்பிணிகள் ரத்த சோகையில்லாமல் நலமாக வாழ இரும்புச் சத்தும் உள்ளது.

கரு கலைந்து விடுவதையும் ஃபோலிக் அமிலம் தடுத்து விடுகிறது. தினமும் பசலைக் கீரை சூப் அல்லது பொரியல், பச்சடி என்று சாப்பிட்டு வந்தால் கர்ப்பிணிகளுக்கு ஏற்படும் களைப்பு, எடை குறைதல், மூச்சு விடச் சிரமம் போன்றவையும் தவிர்க்கப்படுகின்றன.

குழந்தை பிறந்த பிறகும் பசலைக் கீரையைத் தொடர்ந்து சாப்பிட்டு வரவும். காரணம், தரமான தாய்ப் பாலை, பற்றாக்குறை இன்றி குழந்தைக்குத் தர முடியும். கீரையில் உள்ள இரும்புச் சத்தால் குழந்தைக்குத் தடையின்றி பால் கிடைக்கும்.

பசலைக் கீரையுடன் சேர்க்கப்படும் பாசிப் பருப்பிலும் சாதத்திலும் சேர்க்கப்படும் நல்லெண்ணெயிலும் ஃபோலிக் அமிலம் தாராளமாக இருக்கிறது. தாய்ப் பால் உற்பத்தி தாராளமாக இருக்க மதியம் 6 மீல்

மேக்கர் உருண்டைகளை பசலைக் கீரையுடன் சேர்த்துச் சாப்பிடவும். சோயாவில் தயாராகும் மீல் மேக்கர் உருண்டையில் இரும்புச் சத்து தாராளமாக இருக்கிறது.

ஞாபக மறதியுடன் எப்போதும் சோம்பலாகவே காணப்படும் ஆணும் பெண்ணும் மதிய உணவில் சாதத்தில் இரண்டு தேக்கரண்டி நல்லெண் ணையும் சேர்த்துப் பிசைந்து சாப்பிடவும். இத்துடன் பாசிப் பருப்பு சேர்த்த பசலைக் கீரைப் பொரியலையும் சேர்த்துச் சாப்பிட்டு வரவும். இதனால் உடலும் உள்ளமும் புதுப்பிக்கப்படும். அந்த அளவிற்கு மேற்கண்ட மூன்று உணவுகளின் மூலம் ஃபோலிக் அமிலம் தாராளமாக உடலுக்குக் கிடைத்து விடும்.

பாடகர்கள் இனிமையான குரல் வளத்தைப் பெற...

தினசரி ஒரு வேளை பசலைக் கீரையை சூப்பாகவோ, பொரியலாகவோ சாப்பிட்டு வரவும். தொண்டைக் கட்டு இன்றி நீண்ட நேரம் பாடலாம்.

நோய் எதிர்ப்புச் சக்தி

துத்தநாக உப்பு தாராளமாக இருப்பதால் நோய் எதிர்ப்பு சக்தி அதிகரிக் கும். கால்சியம், மக்னீசியம் ஆகிய தாது உப்புகளுடன் இணைந்து வைட்டமின் கே செயல்படுவதால் பெண்களுக்கு ஆஸ்டியோ போரோ சிஸ் என்ற எலும்பு மெலிவு நோய் வராமல் தடுக்கப்படும்.

13 விதமான ஃபிளவோரையிடுகள் பசலைக் கீரையில் உள்ளன. இந்த 13ம் சக்தி வாய்ந்த ஆன்ட்டி ஆக்ஸிடென்ட்டுகளாகும். எனவே, பக்க வாதம் முற்றிலும் தடுக்கப்படுகிறது. உடல் தோலும் பளபளப்பாக இளமைத் துடிப்புடன் மாறுகின்றன. இரவு நேரத்தில் பார்வைத் திறன் மிகவும் தெளிவாக இருக்கும்.

இவ்வளவு நன்மைகள் தந்து கீரை வகைகளுள் முதலிடத்திலிருக்கும் பசலைக் கீரையின் தாயகம் தென் மேற்கு ஆசியாதான். அங்கிருந்த அரேபியர்கள் இதை உணவுப் பயிராக முதலில் பயிர் செய்தார்கள்.

பெர்சியர்கள் இரண்டாயிரம் ஆண்டுகளுக்கு முன்பே இதைப் பயிரிட்டு மருந்துப் பொருளாகப் பயன்படுத்தினார்கள். பசலைக் கீரையை அரைத்துக் கொப்புளம், வீக்கம் முதலியவற்றில் பற்றாக இட்டால் அவை குணமாகின்றன. இதைப் பெர்சியர்கள்தான் முதலில் அறிமுகப் படுத்தினர்.

மேற்கு ஆசியாவில் இருந்த மூர் இன மக்களாலும் கறுப்பர் இன மக்களாலும் இந்தக் கீரை ஸ்பெயின் நாட்டிற்குக் கொண்டு வரப் பட்டது. ஸ்பெயினிலிருந்து உலகம் முழுவதும் இக்கீரை பரவி

விட்டது. அதனால்தான் SPAINயிலிருந்து வந்ததால் SPINACH என்று இக் கீரைக்குப் பெயர் வைத்தனர். உண்மையில் இது ஸ்பானிஷ் மொழி வார்த்தையே!

ஊட்டச் சத்துடன் உடலுக்குக் குளிர்ச்சியைத் தரும் குணங்களும் நிரம்பி வழியும் இக் கீரையை அனைவரும் சாப்பிடலாம்.

இருப்பினும், கடுமையான சிறுநீரகக் கோளாறுகள், கல்லீரல் கோளாறு கள் ஆகியன உள்ளவர்கள் இக் கீரையை முற்றிலும் தவிர்க்க வேண்டும். அல்லது உங்களின் மருத்துவர், ஊட்டச் சத்து நிபுணர் ஆகியோரின் ஆலோசனையைப் பெற்று பசலைக் கீரையை உண்ணலாம்.

பருப்புக் கீரை

அனைத்து நோய்களையும் குணமாக்கும் அதிசயக் கீரை

பருப்புக் கீரை என்றும் கோழிக் கீரை என்றும் சொல்லப்படும் அரிய கீரையை ஆங்கிலத்தில் PURSLANE என்கின்றனர். இந்தக் கீரை உண்மையில் ஓர் உயரிய சிறந்த உணவாகும்.

காரணம், பண்டைய காலத்தில் இதய நோய், தொண்டைக் கட்டு, மூட் டு வீக்கம், வறண்ட தோல் என எல்லா விதமான பிரச்னைகளும் தீர பொதுவான உணவு மருந்தாக பருப்புக் கீரையைச் சாப்பிட்டனர்.

ஆசிய மக்களும், கிரீஸ் மற்றும் மெக்சிகோ மக்களும்தான் பருப்புக் கீரை ஓர் உயரிய கீரை என்று அடையாளம் கண்டு கொண்டு சாப்பிட்ட னர்.

இந்தக் கீரையைச் சாப்பிட்டு வந்தால் உடல்நலம் புதுப்பிக்கப்படு வதுடன் மூளையும் சுறுசுறுப்பாக இருப்பதை உணர்ந்தனர்.

'எதனால் இந்தச் சுறுசுறுப்பு?' என்று பின்னர் வந்தவர்கள் பருப்புக் கீரையை ஆராய்ந்த போது ஓர் உண்மை வெளிப்பட்டது.

அது, தாவர மூலத்திலிருந்து கிடைக்கும் கொழுப்பு அமிலமான ஒமேகா 3 இந்தக் கீரையில் சிறந்த ஒன்றாக இருப்பதைக் கண்டுபிடித்தனர்.

எப்போதும் அறிவுடன் செயல்பட நமது மூளையின் உயிரணுக்களில் N3 என்ற லைனோலெனிக் அமிலம் எப்போதும் படர்ந்து இருக்க வேண்டும். ஒமேகா 3 என்று இந்த அமிலத்தைத்தான் இன்றியமையாத கொழுப்பு அமிலம் என்கின்றனர்.

இந்தக் கொழுப்பு அமிலம் குறைந்தால் மூளையில் அறிவான செயல் களைச் சிந்தித்து, செயல்பட வைக்கும் டாகோஸா ஹெக்ஸோனி (DHA) அமிலம் கிடைக்காமல் போய் விடும். அசைவ உணவுக்காரர்களுக்கு இந்த N3 என் அமிலம் மீன் மூலம் எளிதில் கிடைத்து விடுகிறது.

சைவ உணவுக்காரர்களுக்கு இந்த அமிலம் பசலை மற்றும் பருப்புக் கீரை மூலம் எளிதில் கிடைப்பதால் மூளையின் உயிரணுக்களில் DHA அமிலம் நன்கு கிடைத்து அறிவுத் தெளிவுடன் உற்சாகமாக வாழ்வார் கள். ரத்த ஓட்டத்தையும் N3 (ஒமேகா 3) சீராக்குவதால் உடல் நலமும் தேறி விடுகிறது.

இதுவே பருப்புக் கீரை தரும் மிக அரிய நன்மை.

பருப்புக் கீரையின் மருத்துவ குணங்கள்

- ஆரோக்கியமான இதயத்திற்கு உத்தரவாதம். இருதய நோய் களை ஒமேகா 3 குணமாக்குகிறது.
- ஆஸ்பிரின் மாத்திரைபோல் ரத்தம் கெட்டியாகாமல் பார்த்துக் கொள்வதால் ரத்தம் உறையாது. இதனால் மாரடைப்பு உறுதி யாகத் தடுக்கப்படுகிறது.
- கெட்ட கொலஸ்ட்ராலைக் குறைக்கும். நல்ல கொலஸ்ட்ராலை அதிகரிக்கும்.
- வறண்ட தோல் மாறி பளபளப்பாகும்.
- ரத்தக் கொதிப்பு தடுக்கப்படும்.
- மனச் சோர்வு, கவலை அகலும்.
- ஒரு முழுக் கவனத்துடன் சிந்திக்கவும் செயல்படவும் தூண்டும்.
- நகம் உடைதல், முடி கொட்டுதல் தடுக்கப்படும்.
- மலக்கட்டு, அடிக்கடி ஜலதோஷம், மூட்டு வலி போன்ற வையும் ஒமேகா 3 அமிலத்தால் விரைந்து குணமாகும். இந்த மூன்றில் எது தொடர்ந்து இருந்தாலும் ஒருநாள் பருப்புக் கீரை, ஒருநாள் பசலைக் கீரை என்று மாற்றி மாற்றிச் சாப்பிடுங்கள். ஆண்டு

முழுவதும் ஜலதோஷம், மூட்டு வலி, மலச் சிக்கல் இன்றி வாழ்வீர்கள்.

- கை கால் எரிச்சல், கல்லீரல் கோளாறுகள், வயிற்றுப் போக்கு, கண் நோய், தாய்ப் பால் நன்கு சுரக்காமை, உடலில் வீக்கம், சிறு நீர் நன்கு பிரியாமை, வாய்ப் புண் என அனைத்தையும் இந்தக் கீரை மிகுந்த ஆற்றலுடன் குணப்படுத்துகிறது.

பருப்புக் கீரையை எப்படிச் சாப்பிடுவது?

சத்து மிகுந்த இக் கீரையின் இளந் தண்டு, இலைகள் ஆகியவற்றைப் பருப்புடன் சேர்த்து வேக வைத்துக் கடைந்த உணவுடன் சேர்த்துச் சாப்பிட்டு வந்தால் போதும். பருப்பு சேர்வதால் அதிகம் பசிக்காது. பருப்பில் உள்ள வைட்டமின் சி இந்தக் கீரையை விரைவாக வளர்சிதை மாற்றம் செய்து விடும். இதனால் கீரையின் சத்தை உடல் விரைந்து உறிஞ்சிக் கொள்ளும்.

பருப்புடன் கடைந்து உண்ணுவதால்தான் இதைப் பருப்புக் கீரை என்கிறோம். இதனால் காமன் இண்டியன் பர்ஸ்லேனா என்றும் (Common Indian Purslane) ஆங்கிலத்தில் இன்னொரு பெயர் தரப்பட்டுள்ளது.

நெஞ்செரிச்சலால் அவதிப்படுவோர் மதியமும், இரவும் இந்தக் கீரையை உணவில் சேர்த்து வந்தால் (தலா 1/2 கிண்ணம் சமைத்தது மட்டும்) போதும். நெஞ்செரிச்சல் முழுமையாகக் குணமாகும்.

முயற்சி செய்யும் இடங்களில் எல்லாம் தோல்வி என்பவர்கள் கடுகு எண்ணெயில் இக் கீரையைச் சமைத்து உண்ண வேண்டும். இத்துடன் வால்நட் பருப்பு இரண்டும், மீல் மேக்கர் உருண்டைகள் நான்கும் (சோயாவில் செய்யப்படுவது) என மதிய உணவில் சேர்த்து வந்தால் பருப்புக் கீரையுடன், வால்நட், மீல் மேக்கர் உணவுகளின் மூலமும் ஒமேகா 3 நன்கு கிடைக்கும். இதனால் எப்போதும் நன்கு சிந்தித்து அறிவான செயல்களையே தொடர்ந்து செய்ய ஒமேகா 3 உங்களைத் தூண்டிக்கொண்டே இருக்கும்.

அந்த அளவிற்கு உங்கள் மூளை விழிப்புடன் தொடர்ந்து இருக்கும். இந்த ஒமேகா 3 அந்த அளவிற்கு மூளை வளர்ச்சிக்குத் தொடர்ந்து உதவுகிறது. எனவே, பருப்புக் கீரையை அதிகபட்சம் தினமும் ஒரு வேளை ஒரு கிண்ணம் என்ற அளவில் சாப்பிட்டு வாருங்கள். சமைத்துச் சாப்பிடுவதே நல்லது.

100 கிராம் பருப்புக் கீரையில் உள்ள சத்துகள்

புரதம்	-	2.4 கிராம்
கொழுப்பு	-	0.6 கிராம்
மாவுச் சத்து	-	3 கிராம்
கரோட்டீன்	-	2300 மைக்ரோ கிராம்
ரிபோ ஃபிளவின்	-	0.23 மி.கி.
தயாமின்	-	0.10 மி.கி.
நியாசின்	-	0.7 மி.கி.
வைட்டமின் சி	-	30 மி.கி.
கால்சியம்	-	110 மி.கி.
பாஸ்பரஸ்	-	45 மி.கி.
இரும்பு	-	15 மி.கி.
மக்னீசியம்	-	120 மி.கி.
பொட்டாசியம்	-	720 மி.கி.
தாமிரம்	-	0.20 மி.கி.
கந்தகம்	-	63 மி.கி.
குளோரின்	-	73 மி.கி.
ஆக்ஸாலிக் அமிலம்	-	1680 மி.கி.
பைட்டின் பாஸ்பரஸ்	-	9.00 மி.கி.
கிடைக்கும் சக்தி	-	27 கிலோ கலோரி

பசலைக் கீரையில் இருப்பதுபோலவே பருப்புக் கீரையிலும் ஆக்ஸாலிக் அமிலம் மிக அதிகமாக இருக்கிறது. ஆக்ஸாலிக் அமிலம் உடலில் சேர்ந்தால் சிறுநீரகக் கற்கள் உருவாகும்.

பைட்டின் பாஸ்பரஸ், கீரையில் உள்ள இரும்பு, பாஸ்பரஸ் ஆகிய உப்புகளை உடல் உறிஞ்சிக் கொள்வதைத் தடுக்கிறது.

எனவே, பருப்புக் கீரை சாப்பிடும்போது தயிர் நன்கு சேர்த்துக் கொண்டால் ஆக்ஸாலிக் அமிலம் கரைந்து சீறுநீரகக் கற்கள் உருவாகாது. தயிர் பிடிக்கவில்லை என்றால் கால்சியம் உப்பு தாராளமாக உள்ள பிற உணவுகளை நன்கு சேர்த்துச் சாப்பிடவும்.

இரும்புச் சத்து நன்கு கிடைக்க காலிஃபிளவர், டர்பனிப் கீரை, உலர்ந்த திராட்சை, பேரீச்சை, தர்ப்பூசணி போன்ற உணவுகளுள்

ஒன்றிரண்டையும் சேர்த்துச் சாப்பிடவும். மிக எளிது: நான்கு பேரீச்சம் பழம் அல்லது ஒரு தேக்கரண்டி உலர் திராட்சை (RAISIN).

மதிய உணவிற்குப் பிறகு 50 கிராம் வேர்க்கடலை, இரண்டு வால்நட் பருப்பு, ஒரு தேக்கரண்டி பிஸ்தா பருப்பு இவற்றுள் ஏதேனும் ஒன்றைச் சாப்பிட்டு வந்தால் பாஸ்பரஸ் உப்பு நன்கு கிடைத்து விடும். கடலைப் பருப்பு சுண்டல்கூட அரைக் கிண்ணம் அளவு சாப்பிட்டால் பாஸ்பரஸ் உப்பு நன்கு கிடைத்து விடும்.

பசலைக் கீரையைப் போல் நாம் சாப்பிட வேண்டிய அரிய கீரை பருப்புக் கீரையாகும். ஏ.பி.ஜெ. அப்துல் கலாம் விஞ்ஞான மனப்பான்மையுடன் வாழச் சொல்கிறார். அதற்கு பருப்புக் கீரை மிகவும் உதவி செய்யும். செய்ய வேண்டிய கடமைகளை முயற்சிகளை வரிசைப்படுத்திக் கொண்டு செய்ய பருப்புக் கீரையில் உள்ள ஒமேகா 3வுடன் பாஸ்பரஸ் உப்பும் உதவி செய்யும்.

எனவே, பருப்புக் கீரையை உணவுடன் சேர்த்துச் சாப்பிட்டதும், 25 கிராம் அளவு வேர்க்கடலையாவது சாப்பிடுங்கள்.

இதில் உள்ள பாஸ்பரஸ் உப்பு உடலின் ஒவ்வொரு உயிரணுவிலும் குறைவடையாமல் இருப்பதால் மூளையில் தடையின்றி இருக்கும் ஒமேகா 3 மிகவும் சிறப்பாகச் செயல்படும்.

பார்வைத் திறன் அதிகரிக்கும்

வயதாக வயதாக பார்வைத் திறன் அதிகரிக்க பீட்டா கரோட்டீனும், ஒமேகா 3ம் தேவை. ரெட்டீனாவில் திசுக்களில் ஒமேகா 3 உள்ளது. இதன் அளவு குறையாமல் இருக்க பருப்புக் கீரையின் மூலம் ஒமேகா 3 கிடைத்து விடும். பார்வைத் திறனைப் பாதுகாக்கும் கரோட்டீனும் இக் கீரையில் தாராளமாக இருக்கிறது. இது வைட்டமின் பி (ஏ)யாக மாறி பார்வைத் திறனைக் கூர்மைப்படுத்துகிறது.

இதற்காக வாரத்திற்கு மூன்று அல்லது நான்கு வேளைகள் மட்டுமாவது பருப்புக் கீரையைச் சமைத்து உண்டு வர வேண்டும்.

பருப்புக் கீரை உணவில் சேர்வதால் குடல் புழுக்கள் அழியும். மலச் சிக்கல் தீரும். குடல் சுத்தமாகும். மிகவும் ஒல்லியானவர்கள் ஓரளவு சதை போடுவார்கள். அதிகம் பருமனாகாமல் உடல் கச்சிதமாக இருக்க, தயிரையும் சேர்த்தே இவர்கள் இக் கீரையைச் சாப்பிட வேண்டும்.

வயிற்றுப் போக்கின்போது இரண்டு பிடி கீரையை ஒரு டம்ளர் நீரில் கொதிக்க வைத்து வடிகட்டி அருந்தினால் போதும். வயிற்றுப் போக்கு

கட்டுப்படும். இரவு உணவில் இக் கீரையையும் சேர்த்து உண்டு வந்தால் நெஞ்செரிச்சல் இன்றிக் காக்கலாம்.

பாலூட்டும் பெண்கள் தினம் ஒருவேளை இக் கீரையை உணவில் சேர்த்து வந்தால் தாய்ப் பால் நன்கு சுரக்கும். மாத விடாய் பிரச்னைகளும், பித்தக் கோளாறுகளும் குணமாகும். உடலில் உள் வீக்கங்களும் குணமாகும்.

கை, கால் எரிச்சல் என்பவர்களும், புண்கள், கொப்புளங்களால் அவதிப்படுகிறவர்களும் இக் கீரையை நன்கு அரைத்து (தண்டையும் அரைக்கலாம்) குறிப்பிட்ட இடங்களில் தடவி வந்தால் பூரண குணம் உறுதி. இதை நெற்றியில் பற்றாகப் போட்டுக்கொண்டால் தலைவலி குணமாகும்.

வேனல் கட்டிகள் உடனடியாக உடைந்து குணமாக மஞ்சளையும் சேர்த்து இக் கீரையை அரைத்து பற்றாகப் போடவும். இதனால் வலியும் குணமாகும்.

வெள்ளை நோய் குணமாக இக் கீரையின் விதைகளை (5 கிராமிற்குள் போதும்) எடுத்து அரைத்து ஒரு டம்ளர் இளநீரில் கரைத்துக் குடித்து வரவும். இதனால் சிறுநீர் கழிக்கும்போது ஏற்படும் எரிச்சலும் குணமாகி விடும்.

உறுதியான நன்மைகள்

வாரத்தில் மூன்று அல்லது நான்கு வேளை சாப்பிட்டால்கூட உறுதியாக பலன் உண்டு. தினமும் டீக் கடைகளில் பஜ்ஜி, வடை என்று சாப்பிட்டு வந்தால் கல்லீரல் கெட்டுப் போய்விடும். பருப்புக் கீரையில் தாராளமாக உள்ள கந்தக உப்பு இதைத் தடுத்து, கல்லீரலைச் சிறப்பாக இயங்க வைப்பதுடன் ரத்தத்தையும் சுத்தம் செய்து தோலிற்கும் பளபளப்பான தோற்றத்தைத் தருகிறது.

ரத்தத்தைச் சுத்தப்படுத்துவதுடன் மூட்டுகளில் இறுக்கம் ஏற்பட்டு விடாமல் இருக்க போதிய அளவு குளோரின் உப்பையும் இக் கீரை தந்து விடுகிறது. கால்சியத்துடன் சேர்ந்த சிறுநீரகக் கற்கள் உருவாகாமல் இருக்க இக் கீரையில் தாராளமாக உள்ள சோடியம் உப்பு உதவுகிறது.

பொட்டாசியமும் சோடியமும் சரியான அளவில் கிடைப்பதால் ரத்தக் குழாய்களில் அடைப்பு ஏற்படாது. இதனால் ரத்தக் கொதிப்பு, பக்க வாதம், மாரடைப்பு போன்றவையும் உறுதியாகத் தடுக்கப்படுகிறது.

தினசரி உடற்பயிற்சி செய்ய வாய்ப்பு இல்லை என்பவர்களின் உடல் நலத்தை எளிதில் புதுப்பிக்க பருப்புக் கீரை ஓர் எளிய வழி. பருப்புக் கீரையைச் சாப்பிட்டு வந்தால் இளமையும் ஆரோக்கியமும் எளிதில் புதுப்பிக்கப்பட்டு விடும் என்பது நிரூபிக்கப்பட்ட உண்மையாகும்.

முருங்கைக் கீரை

ஆண்மைக் குறைவைக் குணப்படுத்தும் அற்புதக் கீரை

ஆண்மைக் குறைவையும் பெண்மைக் குறைவையும் குணமாக்கும் அரிய கீரை முருங்கைக் கீரையாகும்.

முருங்கை மரத்தின் முருங்கைக் காயைப்போலவே இதன் கீரையையும் பூக்களையும் ஆதிமுதலே இந்தியர்கள் நன்கு பயன்படுத்துகின்றனர்.

முருங்கைக் கீரையின் மருத்துவக் குணங்கள்

- பென்சிலின் மருந்துக்கு இணையான இக் கீரை, நோய் எதிர்ப்புச் சக்தியை அதிகரிக்கும்.
- ஆஸ்டியோ போரோசிஸ் என்னும் எலும்பு மெலிவு நோய் புண்களைத் தாக்காது. முதுகு வலியும் தடுக்கப்படும்.
- ரத்தத்தில் காடிப் பொருள்கள் அதிகரிக்காமல் பார்த்துக் கொள்ளும்.
- ரத்தத்தில் நோய்கள் குணமாக காரச் சத்தை அதிகரிக்கும்.
- காலரா, மஞ்சள் காமாலை, வயிற்றுப் போக்கு குணமாகும்.
- சிந்திக்கும் திறன் அதிகரிக்கும்.
- தாய்ப் பால் நன்கு சுரக்கும்.

- இதய நோய், ஆஸ்துமா, நரம்புத் தளர்ச்சி குணமாகும்.
- ரத்த சோகை குணமாகும்.
- நீரிழிவு நோய் கட்டுப்படும்.

கீரையின் தாயகம்

முருங்கைக் கீரையின் தாயகம் இந்தியாதான்.

இந்தியா, பாகிஸ்தான், இலங்கை ஆகிய நாடுகளில் முருங்கை மரம் நன்கு வளர்கிறது. இந்த மூன்று நாடுகளே மனித குலத்தின் உடல் நலத்துக்கு முக்கியத் தேவையான முருங்கைக் கீரை, காய், பூ போன்றவற்றை ஏற்றுமதி செய்து வருகின்றன.

அமெரிக்கா, ஐரோப்பா ஆகிய கண்டங்களில் மா, பலா, வாழை, முருங்கைக் கீரை, கத்திக் கீரை போன்றவற்றை உணவில் நன்கு பயன்படுத்துகின்றனர்.

ஆனால், இவற்றின் தன்மைகளை ஆராய்ந்தோ அல்லது உணர்ந்தோ வெளி உலகிற்கு அந்த நாடுகள் இன்றுவரை சொல்லவில்லை.

100 கிராம் கீரையில் உள்ள சத்துகள் (கிராமில்)

சத்துகள்	கீரை	பூ
புரதம் (கிராம்)	6.8	4
கொழுப்பு (கிராம்)	2	1
நார்ச் சத்து (கிராம்)	1	1
மாவுச் சத்து (கிராம்)	13	8
கால்சியம் (மி.கி.)	45	50
இரும்பு (மி.கி.)	7	-
கந்தகம் (மி.கி.)	137	137
குளோரின் (மி.கி.)	420	420
பாஸ்பரஸ் (மி.கி.)	70	100
பொட்டாசியம் (மி.கி.)	260	260
தாமிரம் (மி.கி.)	1	-
மக்னீசியம் (மி.கி.)	220	24
வைட்டமின் சி (மி.கி.)	220	120

மற்றும் நியாசின், தயாமின், ரிபோ ஃபிளவின், மாங்கனீஸ் உப்பு போன்றவை சிறிதளவு உள்ளன.

எப்படிச் சாப்பிடுவது?

முருங்கைக் காயை சாம்பார், பொரியல் என்று சமைத்துச் சாப்பிடுவதைப் போலவே கீரையையும் அவியல், பச்சடி, சாறு, சூப் என்று தயாரித்து உணவில் சேர்த்து வரவும்.

முருங்கைக் கீரையைத் துவரம் பருப்புடன் பொரியல் செய்து நெய் கலந்து சாப்பிட வேண்டும்.

குழந்தை பிறந்ததும் தாய்ப் பால் நன்கு சுரக்க இந்தப் பொரியலிலிருந்து சத்துகள் தாராளமாக தாயாருக்குக் கிடைத்து விடும்.

இதனால் தாய்ப் பால் பஞ்சமில்லாமல் குழந்தைக்குக் கிடைக்கும். கீரையில் தாராளமாக உள்ள கால்சியம் உப்பு தாயின் உடல் பருமனாகாமல் பார்த்துக் கொள்ளும். குழந்தை பெற்ற பெண்களுக்கும் அவர்களின் குழந்தைக்கும் குறைந்த செலவில் தரமான ஊட்ட உணவு தருவது முருங்கையைத் தவிர வேறு உணவு எதுவுமில்லை.

ஆண்மைக் குறைவு குணமாகும்

ஆண்கள், மேற்கண்ட முருங்கைக் கீரைப் பொரியலை இரண்டு மாதங்கள் தினமும் ஒருவேளை உணவுடன் சேர்த்து உண்டால் ஆண்மை விருத்தியாகும். இதே போல மலடி என்று திட்டு வாங்கும் பெண்களும் இந்த முருங்கைக் கீரைப் பொரியலை மூன்று மாதங்களாவது சாப்பிட வேண்டும்.

இதனால் கணவனுக்கும் மனைவிக்கும் ஆர்ஜினைன் என்ற அமினோ அமிலம் தாராளமாகக் கிடைப்பதால் மலட்டுத் தன்மை அகலும்.

மேலும், ஊளைத் தசை உள்ள பெண்கள், ஆண்கள் தசை இறுகிக் காட்சியளிப்பார்கள். கால்சியச் சத்து போலவே ஆர்ஜினைன் அமிலமும் ஊளைத் தசையைக் குறைக்கிறது. உடலைச் சிக்கென்று மாற்றுகிறது.

காலை 11 மணிக்கு முருங்கைக் கீரையை சூப்பாகவும் அருந்தி வரலாம்.

முருங்கைப் பூக்களைச் சேகரித்து இவற்றைப் பாலில் கொதிக்க வைத்துத் தினமும் சூப் போல் ஆண்கள் அருந்தி வந்தால் விந்து விருத்தி ஏற்படும்.

பெண்களுக்கு தாம்பத்தியத்தில் ஆர்வம் அதிகரிக்கும்.

பித்தக் கோளாறா?

ஆயுர்வேத மருத்துவத்தில் முக்கிய மருந்தாகத் திகழும், முருங்கைக் கீரையும் முருங்கைக் காயும் மிகச் சிறந்த நோய் தீர்க்கும் மருந்தாகப் பயன்படுத்தப்பட்டு வருகிறது.

முருங்கைக் காயையும், கீரையையும் நன்கு பயன்படுத்தினால் இரும்புச் சத்துடன் ஊட்டச் சத்தும் நன்கு கிடைக்கும். காபி, தேநீர் நன்கு சாப்பிடு கிறவர்கள் அடிக்கடி இக் காயையும், கீரையையும் அவ்வப்போது சாப்பிட்டு வந்தால்தான் பித்தக் கோளாறு இன்றி வாழலாம்.

பித்தக் கோளாறு குணமாக முருங்கைக் கீரை பொரியலே சிறந்த உணவு மருந்து.

உணவு ஜீரணமாக

முருங்கைக் கீரைப் பொரியலில் தேங்காய்த் துருவலைத் தூவிச் சாப்பிட வேண்டும். தேங்காயில் உள்ள லாரிக் அமிலமும், கீரையில் உள்ள வைட்டமின் சியும் வளர்சிதை மாற்றத்தைத் துரிதப்படுத்தி எளிதில் ஜீரணிக்க வைத்து விடும்.

மலச் சிக்கலும், கண் தொடர்பான பிரச்னைகளும், வாயுக் கோளாறும் முருங்கைக் கீரைப் பொரியலை உண்பதன் மூலம் குணமாகும். நார்ச் சத்து மலச் சிக்கலைக் குணமாக்கும். கீரையில் தாராளமாக உள்ள பீட்டா கரோட்டீன் பார்வைத் திறனையும் மேம்படுத்தும். கீரைப் பொரியலில் பூண்டுப் பற்கள் சேர்வதால் வாயுக் கோளாறு குணமாகும். இதய நோயும் தடுக்கப்படும்.

மூளையைப் பலப்படுத்தும்

நம் வாழ்நாள் முழுவதும் கெட்டுப் போகாமல் இருக்கும் ஒரே உறுப்பு மூளைதான். விபத்துகளில் அடிபட்டு சிகிச்சை பெறுகிறவர்களுள் சிலருக்கு மூளை இனி செயல்படாது என்று தெரிந்தவுடன் அவர்களின் ஆரோக்கியமான இதயம், கண்கள், கல்லீரல் என எல்லாவற்றையும் உடலிலிருந்து எடுத்து மற்றவர்களுக்குப் பொருத்துவது இதனால்தான். நம் உடலுக்கு மூளைதான் பிரதான பொறுப்பு.

கே. பாக்யராஜின் 'முந்தானை முடிச்சு' படத்தில் முருங்கைக் காயைச் சாப்பிட்டால் தாம்பத்தியத்தில் ஆர்வம் அதிகரிக்கும் என்று கூறியிருப்பார். அது உண்மைதான்.

நம் உடலின் ஒவ்வொரு உயிரணுவிலும் பாஸ்பரஸ் சத்து இருக்கிறது.

இந்தச் சத்து குறையாமல் இருந்தால்தான் நரம்பு மண்டலம் துடிப்புடன் இருந்து மூளையில் உள்ள லிம்பிக் சிஸ்டம் என்ற அமைப்பு சிறப்பாகச் செயல்படும். இதனால் அறிவுடன் சிந்தித்து விடா முயற்சியுடன் செயல்படுவோம்.

தாம்பத்தியத்தில் ஆர்வம் அதிகரிக்கவும் லிம்பிக் சிஸ்டம் சிறப்பாக இயங்க வேண்டும். அதற்கு முருங்கைக் கீரையிலும் முருங்கைக் காயிலும் தாராளமாக உள்ள பாஸ்பரஸ் உப்பு நன்கு உதவும்.

குழந்தை பிறக்கும்! இனி மலடி இல்லை!

ஆண்மைக் குறைவால் அவதிப்படும் ஆண்களும், மலடி என்று பழிக்கப் படும் மனைவிகளும் முருங்கைக் காய், கீரை, பூ என மூன்றையும் நன்கு பயன்படுத்த வேண்டும்.

இதனால் முதலில் மூளையில் உள்ள லிம்பிக் சிஸ்டம் நன்கு செயல் படும். தாம்பத்தியத்தில் வெறுப்பு இல்லாமல் ஈடுபடத் தூண்டும்.

முருங்கைக் கீரையைப் பொரியல் செய்து நெய் சேர்த்துச் சாப்பிட்டு வந்தால் விந்து பெருகும்.

முருங்கைக் காய் பொரியல், கீரை முதலியவற்றில் உள்ள ஆர்ஜினைன் என்ற அமினோ அமிலமும் ஊளைத் தசையைக் குறைத்து, பெண்களுக் குத் தாம்பத்திய வாழ்வில் ஆர்வத்தை ஏற்படுத்தும். கீரைப் பொரியல் பெண்களின் உதிரப் போக்கையும் கட்டுப்படுத்தும்.

குழந்தை இல்லாத தம்பதிகளும், தாம்பத்திய வாழ்வில் ஆர்வம் இல்லாத தம்பதிகளும் முதல் கட்டமாக முருங்கைப் பிஞ்சுகளைப் பொரியல் செய்து சாப்பிட்டால் உடலில் உள்ள சூடு குறையும். விந்து அளவு அதிகரிக்கும். பெண்களுக்கும் ஆசை அதிகரிக்கும்.

முருங்கைக் காயைப் போலவே முருங்கைக் கீரையிலும், முருங்கைப் பூவிலும் ஆர்ஜினைன் அமிலம் தாராளமாக இருக்கிறது. இதனால் முருங்கைப் பூவை பாலில் கொதிக்க வைத்து அருந்தி வந்தாலும் ஆண்மைக் குறைவு அகலும்; விந்து பெருகும். மனைவியும் முருங்கைப் பூக்களைப் போட்டுக் கொதிக்க வைத்த இந்தப் பாலை அருந்தி வர வேண்டும்.

பகலில் இளம் பிஞ்சு அல்லது கீரை சூப்பில் இரண்டு தேக்கரண்டி தேன், ஒரு சிட்டிகை மிளகுத் தூள் போட்டு அருந்தி வந்தாலும் ஆண்மை அதிகரிக்கும். கருவாடு, அப்பளம் என்று உப்பு அதிகம் உள்ள உணவைச் சாப்பிடுகிறவர்களின் உயர் ரத்த அழுத்தம் குறைந்து, பக்கவாதமும் இந்தத் தேன் கலந்த ‘சூப்’பால் தவிர்க்கப்படும்.

குண்டாக இருக்கும் கணவனோ அல்லது மனைவியோ 'நமக்குக் குழந்தை இல்லை' என்று கவலைப்பட வேண்டாம். முருங்கைக் கீரைச் சூப்புடன், கொள் சூப்பு ஒரு வேளையும், ஆறு அல்லது ஏழு சிறிய வெங்காயத்தையும் பச்சையாகவோ தயிரிலோ போட்டு சாப்பிட்டு வந்தால் உடல் பருமன் குறைந்து ஆண்மையும், பெண்மையும் அதிகரித்து கர்ப்பம் தரித்து அழகான குழந்தை உறுதியாகப் பிறக்கும். குறைந்தது ஆறு மாதங்களாவது இந்த முறையைப் பின்பற்ற வேண்டும்.

மூளை வளர்ச்சிக்கும் கீரைப் பொரியலுடன் கொள்ளு சூப், பச்சை வெங்காயம் உதவுகிறது. எனவே, கீரை சாப்பிடும்போது மற்ற இரண்டையும் தவறாமல் சேர்த்து வாருங்கள்.

தினசரி சூப்போ அல்லது பொரியலோ சாப்பிடுங்கள்

முருங்கைக் காயை உணவில் சேர்த்தாலும் சரி, சேர்க்காவிட்டாலும் சரி தினமும் முருங்கைக் கீரையை எந்த விதத்திலாவது சேர்த்து வாருங்கள்.

காரணம், மக்னீசியம், குளோரின், கந்தகம், பொட்டாசியம், கால்சியம் என நான்கு உப்புகளும் கீரையில் தாராளமாக உள்ளன என்பதே. மிகவும் கவலையாக இருந்தால், மக்னீசியம், மூளையில் செரோட்டனின் என்ற சத்து குறையாமல் பார்த்துக்கொள்கிறது. கீரையில் உள்ள புரதம் மூலமே மூளைக்குச் செரோட்டனின் கிடைத்து விடுகிறது. அது வீணாகாமல் மூளையின் எல்லா நரம்புகளுக்கும் கிடைக்கும் விதத்தில் மக்னீசியம் ஒழுங்குபடுத்துகிறது. இதனால் நம்பிக்கையுடனும் மகிழ்ச்சியுடனும் வாழ்வோம்.

மேலும் மூளை, நரம்பு மண்டலம், தசை மண்டலம், இதயம் என நான்கும் நன்கு செயல்பட மக்னீசியம் உப்பு தேவை. அது, முருங்கைக் கீரையின் மூலம் எளிதில் கிடைத்து விடுகிறது.

இதனால்தான் முருங்கைக் கீரை சூப் அருந்துபவர்கள் படு உற்சாகத்துடன் காணப்படுகின்றனர். எப்போதும் துயரார்ந்த மன நிலையுடன் வாழும் பெண்களும், ஆண்களும் முருங்கைக் கீரை சூப்பிற்கு முக்கியத்துவம் கொடுப்பதே நல்லது. நல்லதை, தீர்வை மட்டும் சிந்திக்க இதில் உள்ள மக்னீசியம் உப்பு தூண்டிக்கொண்டே இருக்கும்.

வெள்ளைப் பூண்டில் இருப்பதைப்போலவே இக் கீரையில் உள்ள கந்தக உப்பும், குளோரின் உப்பும் உடலிலுள்ள நச்சுக் கிருமிகளை வெளியேற்றி, ரத்தத்தைத் தூய்மையாக்கி நோய் எதிர்ப்புச் சக்தியை அதிகரித்து உற்சாகத்துடன் வாழ வைக்கிறது.

பொட்டாசியம் உப்போ ரத்தக் குழாய்களில் அடைப்பு ஏற்பட்டு மாரடைப்பு, பக்கவாதம் போன்றவை ஏற்படாமல் தடுத்து விடுகிறது.

கீரைப் பொரியலில் பூண்டும், வெங்காயமும் சேர்வதால் கீரை சாப்பிடுவதால் சிறுநீரகத்தில் கற்கள் உருவாகும் அபாயமும் தடுக்கப்படுகிறது. மக்னீசியம் உப்பும் சிறுநீரகக் கற்கள் உருவாகாமல் தடுக்கிறது என்பது குறிப்பிடத் தக்கது.

வெறுப்புணர்வு அகலும்

சமூகத்தைச் சீர்படுத்த முடியாது. நம்மை நாமே சீர்படுத்திக் கொண்டால் அனைத்தும் நன்மையாகவே நடக்கும். இந்த மன நிலையை கீரையில் தாராளமாக உள்ள புரதச் சத்து நன்கு தருகிறது.

இதற்காகக் கீரையில் வேலைன், ஆர்ஜினைன், டிரிப்டோபன் என்ற மூன்று அமினோ அமிலங்கள் உள்ளன. இத்துடன் மக்னீசியம் உப்பும் தாராளமாகக் கிடைப்பதால் எவர் மீதும் கோப்படாமல், எரிந்து விழாமல் மன அமைதியுடன் வாழ்வீர்கள்.

சாதத்தைப் போலவே மனத்திற்குத் திருப்தியைத் தரும் லைசின் என்ற அமினோ அமிலமும் இக் கீரையில் உள்ளன. 11 விதமான அமினோ அமிலங்கள் உள்ளதால் ஒரு கிண்ண அளவே சாப்பிட்டாலும் நன்கு சாப்பிட்ட திருப்தி கிடைக்கும்.

முருங்கைக் கீரை சாப்பிடும் நாள்களில் சாதத்தைக் குறைவாகவே சாப்பிடுவீர்கள். கீரையில் புரதம் அதிகம் என்பதால் நன்கு சாப்பிட்ட திருப்தி உடனே கிடைக்கும். அதிகம் பசிக்காது.

100 கிராம் கீரை தரும் சக்தி 90 கிலோ கலோரிகளே.

வைட்டமின் சியால் வாய் நாற்றமும் குணமாகும்.

இளமை... எப்போதும்!

முதுமையிலும் இளமைத் தோற்றத்துடனும் இளமைத் துடிப்புடனும் வாழ முருங்கைக் கீரையைச் சமைக்கும்போது மிளகோ, மிளகுத் தூளோ சேர்க்கவும். இதனால் சளி, ரத்த சோகை, ஜலதோஷத்துடன் கூடிய காய்ச்சல் முதலியன விரைந்து குணமாகும். மிளகு, வெங்காயத்தைப் போல உடலைப் பளபளப்பாக்கி கட்டுடலாக்குகிறது (உபயம்: கால்சியம்).

கீரையில் பீட்டா கரோட்டீன் தாராளமாக இருப்பதால் பார்வைத் திறன் அதிகரிக்கும். பால் சாப்பிடும் குழந்தைகளைப்போலவே கீரை சூப் சாப்பிடும் குழந்தைகளும் கால்சியத்தின் உதவியால் உறுதியான உடல் கட்டுடன் வளர்வார்கள்.

கர்ப்பிணிகளுக்கு...

50 கிராம் கீரையைச் சுத்தம் செய்து மிக்ஸி மூலம் சாறாக்கி அதைப் பாலுடன் சேர்த்து அருந்தி வந்தால் கர்ப்பிணிகளுக்கு பிரசவம் சிரமம் இன்றி நடக்கும். கைக் குழந்தைக்கும் இந்தக் கீரைச் சாறு கலந்த பாலை சங்கு மூலம் இரண்டுவேளை புகட்டினால் குழந்தை நன்கு வளரும்.

முருங்கைக் கீரைச் சாற்றுடன் எலுமிச்சம் பழத்தைப் பிழிந்து அதைப் பருக்களின்மீது தடவி வந்தால் பருக்கள் மறைந்து விடும். முகமும் பளிச் சென்று மாறி விடும். பருக்களை அடிக்கடி கிள்ளி சேதப்படுத்தாமல் இந்த முறையால் அழகான முகத்தைப் பெறலாம்.

தாய்ப் பால் நன்கு சுரக்க...

தாய்ப் பால் நன்கு சுரக்க துவரம் பருப்பு சேர்த்த கீரைப் பொரியலை, சாதத்தில் ஒரு தேக்கரண்டி நெய் சேர்த்துப் பிசைந்து சாப்பிடவும். தினமும் இருவேளை இதே போலச் சாப்பிடவும்.

நாற்பது வயதிற்கு மேற்பட்ட ஆண்கள் மூட்டு வலி, இடுப்பு வலி முதலியவை வராமல் தடுக்கவும் இரண்டு வேளை மேலே சொன்னது போல துவரம் பருப்பு சேர்த்த கீரைப் பொரியலை, சாதத்தில் ஒரு தேக்கரண்டி நெய் சேர்த்துப் பிசைந்து சாப்பிட்டு வரவும். இந்தப் பொரியல் பெண்களுக்கு எலும்பு மெலிவு நோய் வராமலும் தடுக்கும் சக்தி படைத்ததாகும். சொறி, சிரங்கு இருந்தால் இதில் உள்ள வைட்டமின் சி அவற்றைக் குணமாக்கும்.

நீரிழிவு நோயாளிகள் நல்லெண்ணெயில் கீரையைச் சமைத்து, சாதத்தில் ஒரு தேக்கரண்டி எள்ளுப் பொடியைச் சேர்த்துச் சாப்பிட்டு வரவும்.

மஞ்சள் காமாலை நோய் குணமாக...

மஞ்சள் காமாலை நோய் குணமாக ஒரு தேக்கரண்டி முருங்கைக் கீரைச் சாற்றில் அதே அளவு தேனைச் சேர்த்து ஒரு டம்ளர் நீரில் கலந்து மூன்று வேளை அருந்தி வரவும். இதனால் மஞ்சள் காமாலை நோய் குணமாகும்.

கல்லீரல் பலம் பெறும். காலரா, குடல் அழற்சி, வயிற்றுப் போக்கு முதலியவை குணமாகவும் மருந்து மாத்திரைகளுடன் இளநீர், முருங்கைக் கீரை, தேன் மருந்தையும் சாப்பிட்டு வரவும்.

முருங்கைக் கீரையைச் சாப்பிட்டு வருவதால் அகோரப் பசி கட்டுப் படும். குறைவாகவே சாப்பிடுவீர்கள். இதனால் உடல் பருமன் என்ற பேச்சே இல்லாமல் கச்சிதமான தோற்றத்தில் வாழ்வீர்கள்.

மூளையிலும், உயிரணுக்களிலும் மக்னீசியம், செரோட்டனின், ஆர்ஜினைன் போன்றவை தடையின்றி இருப்பில் இருப்பதால் மிகவும் உற்சாகத்துடன் வாழ்வீர்கள்.

வைட்டமின் சியாலும் பி குரூப் வைட்டமின்களாலும் நோய் எதிர்ப்புச் சக்தியுடன் ஆரோக்கியமாக வாழ்வீர்கள்.

அகத்திக் கீரை

உடலில் உள்ள நஞ்சுகளை வெளியேற்றும் அதிசயக் கீரை

அகத்திக் கீரையின் தாயகம் இந்தியாதான். ஆங்கிலத்தில் அகத்தி (Agathi) என்றும் வெஸ்ட் இண்டியன் பியாட்ரீ (West Indian Peatree) என்றும் அழைக்கப்படுகிறது.

இதன் இலைகள் பச்சை நிறத்தில் இருக்கும். முருங்கை மரம் போன்று ஆண்டு முழுவதும் கீரை கிடைக்கும் மரம் இது.

பசலைக் கீரை, பருப்புக் கீரை, முருங்கைக் கீரை ஆகியவற்றிற்கு அடுத்து நாம் முக்கியத்துவம் கொடுத்துச் சாப்பிட வேண்டிய அரிய கீரை, அகத்திக் கீரையே!

காரணம், அந்த அளவிற்கு உடலில் உள்ள நஞ்சுகளை வெளியேற்றி விடும். குடலை நன்கு சுத்தம் செய்யும். குடலில் புழுக்கள் குடியேற விடாது. மலச் சிக்கல் பிரச்னையும் அகலும்.

அகத்திக் கீரையில் உள்ள சத்துகள் (100 கிராமில்)

புரதம்	-	*8.4 கிராம்*
கொழுப்பு	-	*1.4 கிராம்*
நார்ச் சத்து	-	*2.2 கிராம்*
மாவுச் சத்து	-	*12 கிராம்*

கரோட்டீன்	-	5400 மைக்ரோ கிராம்
வைட்டமின் சி	-	170 மி.கி.
தயாமின்	-	0.21 மி.கி.
ரிபோ ஃப்ளவின் ண்	-	0.1 மி.கி.
நியாசின்	-	1 மி.கி.
கால்சியம்	-	150 மி.கி.
இரும்பு	-	90 மி.கி.
பாஸ்பரஸ்	-	80 மி.கி.
கிடைக்கும் சக்தி	-	90 கிலோ கலோரி

எப்படிச் சாப்பிடுவது?

அகத்திக் கீரை கசப்புச் சுவையும் துவர்ப்புச் சுவையும் சேர்ந்தது. இலைகளைப் பொரியல் செய்தும், துவட்டல் செய்தும், கூட்டு செய்தும் சாப்பிடலாம்.

கசப்புச் சுவை தெரியாமல் இருக்கத்தான் துவரம் பருப்பு அல்லது பாசிப் பருப்புடன் தேங்காய்த் துருவலும் சேர்க்கப்படுகிறது.

பசி நன்கு எடுத்துச் சாப்பிட அகத்திக் கீரையைப் பொடிப் பொடியாக நறுக்கவும். இத்துடன் பாசிப் பருப்பையும் சேர்த்து வேக வைக்கவும். இஞ்சி, பூண்டு, பெருங்காயம், மிளகாய் சேர்த்தும் வேக வைப்பதால் வாயுக் கோளாறு ஏற்படாது. தொண்டை அழற்சியும் குணமாகும். நன்கு பசிக்கவும் செய்யும்.

மாதத்திற்கு நான்கு முறை சாப்பிட்டால் போதும். காரணம், கழிச்சலும் வாயுத் தொல்லையும் அதிகரிக்கும். இதற்காகத்தான் பூண்டும், இஞ்சியும் தவறாமல் சேர்க்கப்படுகிறது.

அகத்திக் கீரையின் மருத்துவக் குணங்கள்

குடலில் உள்ள புழுக்களை அகத்திக் கீரையின் சத்துகள் கொன்று விடும். மேலும், தேங்காயில் உள்ள லாரிக் அமிலமும் குடலைச் சுத்தம் செய்வதில் உதவும். தொற்று நோய்க் கிருமிகள் அண்டாது பார்த்துக் கொள்ளும்.

மலச் சிக்கல் குணமாக வாரம் ஒரு முறை அகத்திக் கீரையைச் சாப்பிட்டு வந்தால் போதும். இதனால் உடலில் வீசும் கற்றாழையான துர்நாற்றமும் குணமாகும். இளந்தளிரான அகத்திக் கீரையையே சமைக்கவும்.

முற்றிய கீரை வேண்டாம். இரும்புச் சத்து தாராளமாக இருப்பதால் ரத்த சோகை குணமாகும். தாய்ப் பால் நன்கு சுரக்கும்.

பாஸ்பரஸ் உப்பு மூளையின் உயிரணுக்களில் கலந்து அறிவுத் தெளிவுடன் சிந்தித்து வாழ வைக்கும், செயல்பட வைக்கும். கரோட்டீன், வைட்டமின் ஏயாக மாறி பார்வைத் திறனை அதிகரிக்கும்.

நெஞ்சில் சளி, தோல் நோய் போன்றவையும் அகத்திக் கீரைப் பொரியலால் குணமாகும். உடலுக்குக் குளிர்ச்சியைத் தரும் அரிய கீரை இதுவாகும். சூட்டினால் அவதிப்படாமல் இருக்க வாரம் ஒரு முறை அகத்திக் கீரையைச் சாப்பிடவும்.

ஒரு தேக்கரண்டி அகத்திக் கீரைச் சாறை ஒரு டம்ளர் மோரில் கலந்து அதிகாலையில் குடித்து வந்தால் பித்தம் குணமாகும். பித்தத் தொல்லையில் இருந்து விடுபட வாரம் ஒருமுறை அகத்திக் கீரை துவட்டலே போதுமானது.

வாயில் உள்ள புண்களும் அகத்திக் கீரையால் குணமாகும். துவட்டலில் தேங்காய்த் துருவல் சேர்ந்திருந்தால் விரைந்து குணமாகும்.

அகத்திக் கீரையை வாணலியில் வதக்கி, அதை அப்படியே கசக்கிப் பிழிந்து அடிபட்ட வீக்கம், புண் முதலியவற்றில் பற்று போட்டால் வீக்கமும் வலியும் குறையும். உள்ளுக்குள் சாப்பிடப்படும் கீரையில் உள்ள சுண்ணாம்புச் சத்து எலும்பு மண்டலத்தை எளிதில் பலப்படுத்தும். இதனால் முதுகு வலி தடுக்கப்படும்.

11 விதமான அமினோ அமிலங்கள் உள்ளதால் தரமான புரதமாகவும் அகத்திக் கீரை திகழ்கிறது. இதனால் உடலையும், உள்ளத்தையும் இந்தக் கீரை சுத்தப்படுத்தி விடுகிறது.

லியூசின் (Leucine), ஐஸோலியூசின் (Isoleucine) என்ற இரண்டு அமினோ அமிலங்கள் இக் கீரையில் மிகவும் தாராளமாக உள்ளன. இந்த இரு அமினோ அமிலங்களும் உடல் இயக்கத்தில் எல்லா இடங்களிலும் நைட்ரஜன் அளவு சரியாக இருக்கும்படி பார்த்துக்கொள்கின்றன.

மேலும் தைமஸ் சுரப்பி, மண்ணீரல், பியூட்டரி சுரப்பி ஆகிய மூன்றிலும் வளர்சிதை மாற்றம் ஒழுங்கு முறையுடன் இருக்குமாறும் கண்காணிக்கின்றன.

லியூசின், புரத உணவு வளர்சிதை மாற்றம் விரைந்து நடக்கவும், உடலுக்குத் தேவையான சக்தியைத் தொடர்ந்து வழங்கவும் உதவுகிறது.

உணவின் மூலமே ஐஸோ லியூசின் அமினோ அமிலம் உடலுக்குக் கிடைக்கிறது. உடலால் இதைத் தானாக தயாரித்துக்கொள்ள முடியாது.

இது, உடலில் புரதம் சரியான அளவில் உற்பத்தியாகி இருக்கும்படி பார்த்துக்கொள்கிறது.

மேலும் ஹீமோகுளோபின் உற்பத்திக்கும் இந்த அமினோ அமிலம் தேவைப்படுகிறது. அகத்திக் கீரையில் மட்டுமே ஐஸோ லியூசின் தாராளமாக உள்ளது. வேறு கீரை வகைகளில் இந்த அளவு இல்லை என்பது குறிப்பிடத் தக்கது.

பூக்களையும் சமைக்கலாம்

மேற்கண்ட நோய்களை அகத்தியின் பூக்களை நெய்யில் வதக்கியும், பருப்புடன் சேர்த்துச் சமைத்து உண்பதாலும் முழுமையாகக் குணமாக்கலாம்.

பூக்கள், இலையைவிடப் பெரிதாக இருக்கும். கீரையைப் போலவே பூக்களும் உடலுக்குக் குளிர்ச்சியைத் தருகின்றன. வாதம் குணமாகும். மூட்டு வலி, பித்தம், மலச் சிக்கல், காய்ச்சல், உடல் வலி, அதிகத் தாகம் போன்றவையும் பூக்களால் குணமாகும். எனவே, அகத்திப் பூவையும் சமையலில் நன்கு சேருங்கள்.

பெண்களுக்கான அதி முக்கியக் கீரை இது!

ரத்த சோகையை மட்டுமல்ல; ஆன்டியோபோரோசிஸ் என்ற எலும்பு மெலிவு நோய் வராமல் பெண்களுக்கு உரிய பாதுகாப்பையும் இதில் தாராளமாக உள்ள கால்சியம் உப்பு வழங்கி விடுகிறது.

> **மருந்து மாத்திரைகள் சாப்பிடுபவர்கள் மாதம் ஒரு முறை மட்டும் அகத்திக் கீரையைச் சாப்பிட்டால் போதும். ஏனெனில், இது மருந்தை முறிக்கும் தன்மையுடையது.**

மேலும் உடல் பருமனைக் குறைக்கும் விதத்தில் ஆர்ஜினைன் என்ற அமினோ அமிலமும் அகத்திக் கீரையில் தாராளமாக உள்ளன.

ஆண்மைக் குறைவையும், பெண்மைக் குறைவையும் குணமாக்கும் அரிய புரதம் இது. கீரையில் உள்ள கால்சியமும் உடலில் கொழுப்பு சேமிப்பாகாமல் கரைத்து விடுகிறது.

எனவே, குழந்தை பிறந்ததும் உடல் பருமனாகாமல் இருக்க வாரத்திற்கு இரண்டு வேளை பாலூட்டும் பெண்கள் அகத்திக் கீரையை உணவில் சேர்த்து வந்தால் உடல் பருமனாகாமல் இருக்கும் என்பது உறுதி.

அரைக் கீரை

உடலை உறுதியாக்கும் அசகாயக் கீரை

பருப்புக் கீரையைப்போல பாத்தி கட்டி வளர்க்கப் படும் கீரை இது. வீட்டுத் தோட்டத்திலும் வளர்க்கலாம்.

தண்டுக் கீரையைச் சேர்ந்தது அரைக் கீரை. இதன் இலைகள் சிறிதாக இருக்கும். மிகவும் குளிர்ச்சித் தன்மை வாய்ந்த கீரை இது. கீரையையும் தண்டுகளையும் சேர்த்தே சாப்பிடலாம்.

100 கிராம் கீரையில் உள்ள சத்துகள்

புரதம்	-	3 கிராம்
கொழுப்பு	-	0.4 கிராம்
மாவுப் பொருள்கள்	-	7 கிராம்
கால்சியம்	-	360 மில்லி கிராம்
மக்னீசியம்	-	50 மி.கி.
பாஸ்பரஸ்	-	55 மி.கி.
இரும்பு	-	40 மி.கி.
சக்தி	-	45 கிலோ கலோரிகள்

எப்படிச் சாப்பிடுவது?

அரைக் கீரையைப் பருப்பு, மிளகாயுடன் கடைந்து உண்டு வரலாம். இதில் இஞ்சி, பூண்டு, மிளகு, வெங்காயம், பெருங்காயமும் சேர்த்துக் கடைந்து சாப்பிட்டால் வாயுத் தொந்தரவு, குளிர்க் காய்ச்சல்,

வாத நோய்கள், உடல் வலி, இருமல், சளி போன்றவை குணமாகும். தாது விருத்தி அதிகரிக்கும்.

தினமும் உணவில் அரைக் கீரையைச் சேர்த்து உண்பதால் உடல் வலிமை பெறும். அழகான தோற்றம் கிடைக்கும்.

காரணம், அதற்கு ஏற்ப கால்சியம் உப்பும் இரும்பும் இக் கீரையில் தாராளமாக உள்ளன. கால்சியம் உடல் உறுதியை வளர்க்கும். சுண்ணாம்புச் சத்து ரத்தத்தைச் சுத்தப்படுத்தி விடுவதால் நோய்கள் அகன்று அழகான தோற்றம் கிடைக்கும். பாஸ்பரஸ் உப்பால் மூளை நலம் மிகவும் சிறப்பாக இருக்கும்.

குழந்தை பிறந்தவுடன் தாய்மார்களின் உடல் உறுதிக்கு இந்தக் கீரை நல்ல சத்துணவாகும். எனவே, தினமும் இக் கீரையைச் சாப்பிட்டு வரவும். கீரையில் தாராளமாக உள்ள கால்சியம் உடல் பருமனாகாமல் பார்த்துக்கொள்ளும். இதனால் குழந்தை பெற்ற பெண் திடீரென்று உடல் பருமனாகி காட்சியளிப்பதை உறுதியாகத் தவிர்த்துவிடலாம்.

இருமல், சளி முதலியவற்றையும் இக்கீரை குணமாக்குகிறது.

சுண்ணாம்புச் சத்து தாராளமாக இருப்பதால் தலை மயிர் கருப்பாகவும் வளரும். இக் கீரையின் விதைகளை நல்லெண்ணெயில் காய்ச்சி எடுத்து வடிகட்டி ஒரு பாட்டிலில் வைத்துக் கொள்ளவும். இந்த எண்ணெயைத் தடவி வந்தால் முடி நன்கு வளரும். கண்களுக்கும் குளிர்ச்சியாக இருக்கும்.

எதைச் சாப்பிட்டாலும், 'பசியில்லை, பசியில்லை' என்பவர்கள் அரைக் கீரையை உணவில் சேர்த்து வந்தால் நன்கு சாப்பிடுவார்கள்.

அரைக் கீரை கிடைக்காத நாள்களில் பருப்புக் கீரை, பசலைக் கீரை போன்றவற்றைச் சாப்பிட்டால் பசியின்மையும், ருசியின்மையும் பறந்து போகும். அரைக் கீரைச் செடியின் விஞ்ஞானப் பெயர் 'Amaranthus Tristis' என்பதாகும்.

அஸ்பராகஸ்

தாம்பத்தியத்தில் ஆர்வத்தை ஏற்படுத்தும் அற்புதக் கீரை

பழங்கள், காய்கறிகள் விற்பனை செய்யும் கடைகளில் கீரை வகை களுடன் விற்பனைக்கு இருக்கும் சீமைக் காய்கறியான அஸ்பராகஸை என்னமோ, ஏதோ என்று பார்ப்போம். இதுவும் கீரை வகையைச் சேர்ந்ததுதான்.

இதன் இளந் தண்டுக்காக, இளந் தண்டு கொழுந்துக்காக இது மலைப் பகுதிகளில் சாகுபடி செய்யப்படுகிறது. இதில் ஊதா நிற இளந்தண்டு வகை, ஊதா நிறமில்லாத தண்டு வகை என்று இரண்டு வகைகள் உள்ளன. 'அஸ்பராகஸ் அஃபிசினாலிஸ் (Asparagus of Ficinalis)' என்பது இதன் விஞ்ஞானப் பெயர்.

இதன் இளந்தண்டுக் கொழுந்துகளில் சத்துகள் பொங்கி வழிகின்றன. வைட்டமின் ஏ, வைட்டமின் பி1, பி3, பி5, வைட்டமின் சி, வைட்ட மின் ஈ, வைட்டமின் கே, பீட்டா கரோட்டீன் பயோட்டீன், ஃபோலிக் அமிலம், கால்சியம், தாமிரம், இரும்பு, மக்னீசியம், மாங்கனீஸ், பாஸ்பரஸ், பொட்டாசியம், செலினியம், துத்தநாகம், அஸ்பாராஜின், குளூட்டாதியோன், ஃப்ளாவோனாயிட்ஸ், நார்ச் சத்து, புரதம் என்று வைட்டமின்களும் தாது உப்புகளும் உள்ளன.

புராணங்களிலும் பண்டைய மக்களின் வாழ்க்கை முறையிலும் தாம்பத்தியத்தில் ஆர்வத்தைத் தூண்டும் அரிய காய்கறியாக, கீரையாக அஸ்பராகஸ் பயன்படுத்தப்பட்டுள்ளது.

இத்துடன் அனைத்து நோய்களையும் குணமாக்கும் அரு மருந்தாகவும், மனத்திற்கு இனிமையான மணம் தரும் உணவாகவும் இருக்கிறது. இதைத் தினம் சாப்பிட்டு வந்தால் உடல் நலம் ஆரோக்கியமாக இருப்பதால், தொடர்ந்து உழைத்துச் செல்வந்தனாகவும் ஆகி விடலாம் என்று கிரேக்கர்களும், ரோமானியர்களும் நம்பினார்கள். இதற்காக உணவிற்காகவும் மருந்துக்காகவும் அஸ்பராகஸை 2000 ஆண்டுகளுக்கும் மேலாக சாகுபடி செய்து வருகின்றனர்.

ஐரோப்பிய காடுகளில் இயற்கையாகத் தோன்றி வளரும் மரமாக இருந்தது அஸ்பராகஸ். மருத்துவத்துக்காக பயன்பட்ட அஸ்பராகஸ், தற்போது இந்தியா, மலேசியா, சீனா, பிரிட்டன், தைவான், ஆப்பிரிக்கா ஆகிய நாடுகளில் நன்கு வளர்கிறது. மக்களும் இதை மலட்டுத் தன்மையைப் போக்கவும், தாம்பத்தியத்தில் வெறுப்பு ஏற்படுவதைத் தவிர்க்கவும் நன்கு பயன்படுத்துகின்றனர்.

100 கிராம் அஸ்பராகஸில் என்னென்ன இருக்கிறது?

ஈரப் பதம் 93.1, புரதம் 2.2, கொழுப்பு 0.2, நார்ச் சத்து 0.9, மாவுச் சத்து 5, மக்னீசியம் 23 மி.கி., பாஸ்பரஸ் 60, கால்சியம் 25, இரும்பு 1.0, கரோட்டீன் 900 சர்வதேச அலகு, வைட்டமின் சி 36, கிடைக்கும் கலோரி 60.

மேலும் வைட்டமின் பி1, பி3, பி5, வைட்டமின் ஈ, வைட்டமின் கே, பயோட்டின், தாமிரம், மாங்கனீஸ், பொட்டாசியம், செலினியம், துத்தநாகம், ஃப்ளாவோனாயிட்ஸ் என்னும் நுண்ணிய ஆன்ட்டி ஆக்ஸிடென்ட், குளூட்டாதியோன் என்ற சத்துகள் பொங்கி வழிகின்றன.

உயர்தரமான சத்துகள் அதிகம்; அதே நேரத்தில் கலோரி குறைவு. எனவே அஸ்பராகஸை விரும்பி உணவில் சேர்த்து நன்மைகளை அடையலாம்.

அஸ்பராகஸின் மருத்துவக் குணங்கள்

- பாக்டீரியாக்களும், வைரஸ்களும் உடலுக்குள் நுழையாது. இதனால் தொற்று நோய்கள் தாக்காது.
- ஆன்ட்டி ஆக்ஸிடென்ட்டாகச் செயல்படுகிறது.
- உடலில் வீக்கம் ஏற்படுவதைத் தடுக்கிறது.

- முதுமையைத் தாமதப்படுத்துகிறது.
- புற்றைத் தடுக்கிறது.
- உடலிலுள்ள விஷப் பொருள்களை வெளியேற்றுகிறது.
- ரத்தத்தில் சர்க்கரையின் அளவை சரியாகக் கண்காணிக்கிறது.
- உடலின் சக்தியை அதிகரிக்கிறது.
- தோல், கண், இதயம், நோய் எதிர்ப்புச் சக்தி மண்டலம், தசை மண்டலம், ஜீரண உறுப்புகள், ஹார்மோன்கள் குறிப்பிட்ட விகிதத்தில் சுரக்க உதவுவது என அனைத்திற்கும் அஸ்பராகஸில் உள்ள சத்துகள் உதவுகின்றன.

எப்படிச் சாப்பிடுவது?

ஊதா நிற இளந்தண்டுகள், பச்சை நிற இளந்தண்டுகள் என இரு வகைகளில் அஸ்பராகஸ் கிடைக்கிறது.

இதன் இளந்தண்டுகள் சூப் மற்றும் காய்கறி, அவியல், குழம்பு போன்றவைகளில் சுவையூட்டும் பொருளாகவும் சேர்க்கப்படுகிறது. இதைக் குளிர்பானமாகத் தயார் செய்தும் விற்பனை செய்கின்றனர்.

முக்கியமாக நறுமணச் சுவையுடன் கலோரி குறைவாகவும், எல்லாவிதமான நோய்களையும் குணப்படுத்தும் ஆற்றல் கொண்டவையாகவும், இந்தக் கீரைத் தண்டு இருக்கிறது.

நறுமணப் பொருளாக இதை அனைத்து உணவுகளிலும் சாலெட்டுகளிலும் சேர்த்துச் சாப்பிடலாம்.

வயாகரா செயல்பாடு!

கிரேக்கர்களும், ரோமானியர்களும் சிற்றின்ப நுகர்ச்சியைத் தூண்டும் பொருளாகவே அஸ்பராகஸைப் பயன்படுத்தினார்கள்.

அஸ்பராகஸை குளிர்பானமாகத் தயாரித்தும் அருந்தி வந்தார்கள். தற்போதும் இவை குளிர் பானமாகவும், மணமூட்டும் நறுமணப் பொருளாகவும் கிடைக்கிறது.

வயாகராபோலச் செயல்படுவதால் அஸ்பராகஸ் சேர்த்தே பிற காய்கறிகளையும் சமையுங்கள். இதனால் செக்ஸ் உணர்வு அதிகரிக்கும். குழந்தையும் பிறக்கும். மூளையில் உள்ள லிம்பிக் சிஸ்டமும் நன்கு செயல்படும்.

ஆணின் மலட்டுத் தன்மையையும், பெண்ணின் மலட்டுத் தன்மையையும் குணமாக்க இதில் வைட்டமின் ஈ தாராளமாக

இருக்கிறது. மேலும், முதுமையைத் தடுத்து இளமைத்தோற்றத்தைத் தக்க வைத்துக் கொள்ள வும் இந்த வைட்டமின் ஈ உதவுகிறது. தினசரி 100 கிராம் இளந் தண்டை சூப் மூலம் உணவில் சேர்த்து வந்தால் இரண்டு அவுன்ஸ் வைட்டமின் ஈயை உடனடியாக உடலுக்கு வழங்குகிறது.

இதனால் ஆண்மைக் குறைவும், பெண்மைக் குறைவும் நீங்கி, தம்பதி களுக்கு குழந்தைப் பாக்கியம் உறுதியாகக் கிடைக்கிறது. இளமையும் நீடிக்கிறது.

தண்டைவிட அஸ்பராகஸ் வேரை இதற்காக பாலில் போட்டுக் கொதிக்க வைத்து வடிகட்டி அந்தப் பாலைக் கர்ப்பம் தரிக்கும்வரை அருந்தி வர வேண்டும். தினமும் இரு வேளை கணவனும் மனைவியும் இதேபோல பாலை அருந்தி வர வேண்டும்.

இதே முறையில் அருந்தி வந்தால் சிறுநீரும் நன்கு பிரியும். கர்ப்பமும் உருவாகும்.

அனைத்து நோய்களும் குணமாகும்

அஸ்பராகஸில் அஸ்பராஜின் (Asparagine) என்ற அமினோ அமிலம் இருக்கிறது. இது மூளையில் குளூட்டாமிக் அமிலத்துடன் சேர்ந்து காணப்படுகிறது. இந்த அஸ்பராஜின் ஒரு கூட்டுப் பொருளாகவும் மூளையைக் கட்டுப்படுத்துகிறது. மூளை நரம்புகளின் வளர்சிதை மாற்றத் திற்கும் உதவுகிறது. இதனால் உணர்ச்சிகரமான சூழ்நிலைகளிலும் தீர்க்கமான நல்ல முடிவுகளை எடுக்க குளூட்டாமிக் அமிலத்துடன் இந்த ஆக்ஸாலிக் அமிலம் உதவுகிறது.

முக்கியமாக நறுமணச் சுவையுடன் கலோரி குறைவாகவும் இருப்ப துடன் அஸ்பராஜின் மூளையையும் மனத்தையும் நன்கு அமைதிப் படுத்தி விடுகிறது.

எனவே, அஸ்பராகஸை சூப்பாகவும், சமைத்தும் சாப்பிடுவதில் அக்கறையாக இருங்கள்.

ரத்தத்தில் உள்ள புளிப்புத் தன்மையை வடிகட்டி, சுத்தப்படுத்தி விடுவது டன் ரத்தத்தில் காரத்தன்மையையும் அஸ்பராஜின் அதிகரித்து விடுகிறது. இதனால் எல்லா விதமான நோய்களும் குணமாக ஆரம்பிக்கின்றன.

மேலும் இந்த ஆக்ஸாலிக் அமிலம் (அஸ்பராஜின்) சிறுநீர்க் கழிவினைத் தூண்டும் சிறந்த மருந்தாகவும் செயல்படுகிறது. இதனால் உடலில் உள்ள விஷப் பொருள்களும் சிறுநீருடன் வெளியேறி விடும். மலச் சிக்கலும் குணமாகி விடும்.

தண்டைவிட வேருக்கு சிறுநீரை அதிகம் உற்பத்தி செய்து வெளியேற்றும் தன்மை உள்ளது. எனவே, வேரைத் தண்ணீரிலோ அல்லது பாலிலோ கொதிக்க வைத்து வடிகட்டி அருந்தி வந்தால் சிறுநீர் கழிக்கச் சிரமப்படுகிறவர்கள் விரைந்து குணம் பெறுவார்கள்.

இதய நோய்

கல்லீரல், மஞ்சள் காமாலை, இருதய நோய் போன்ற பிரச்னை உள்ளவர்களும் சூப், பால் அல்லது தண்ணீரில் கஷாயம் என்று இந்தத் தண்டையும் வேரையும் சமைத்து உண்ணவும். பக்க வாதத்தையும் குணமாக்க வல்லது அஸ்பராகஸ் சூப்.

பித்த நீர்ப் பையில் உள் விஷப் பொருள்களும் இந்த சூப்பால் வெளியேற்றப்பட்டு விடும்.

இதய நோயாளிகள் கீரைத் தண்டை நீராவியில் சமைத்து உண்ண வேண்டும். 100 கிராம் கீரைத் தண்டை சாறாக மாற்றி வடிகட்டி அதில் ஒரு தேக்கரண்டி தேன் சேர்த்து அருந்த வேண்டும். இந்த முறையில் தினமும் மூன்று வேளை அருந்தி வரவும். இதனால் இதய நோய்கள் விரைந்து குணமாகும். இதயமும் நன்கு பலப்படும். சீனர்கள் இருதய பலத்திற்கும் பெரிதாக உள்ள இருதயம் சரியான அளவிற்கு வரவும் இந்த முறையில்தான் தேன் கலந்த அஸ்பராகஸ் சாறைச் சாப்பிட்டு வருகின்றனர்.

மேலும் இத்தண்டில் ருட்டின் (Rutin) என்ற ஃப்ளாவோனாய்டும் இருக்கிறது. இது மிகச் சிறந்த ஆன்ட்டி ஆக்ஸிடென்ட்டாகும். இது பொட்டாசியம் உப்பைப்போல் ரத்தத்தைத் தங்கு தடையின்றி ஓட வைக்கிறது. ரத்தக் குழாய்களில் அடைப்பு ஏற்படாமல் பார்த்துக் கொள்வதால் ரத்தக் கொதிப்பு, பக்கவாதம், மாரடைப்பு போன்ற பிரச்னைகள் இன்றி நலமாக வாழலாம். இதயமும் ஆரோக்கியமாக இயங்கும்.

மூட்டு வலி

இந்தத் தண்டில் சாறை வடிகட்டி தேன் சேர்த்தோ (சேர்க்காமலோ) அருந்தி வரவும். இதில் தாராளமாக உள்ள சாம்பல் உப்பு (Potash) மூட்டு வீக்கத்தையும், மூட்டு வலியையும் 'என்ன சேதி?' என்று குணமாக்கி விடுகிறது.

உடலில் எங்காவது வீக்கம் இருந்தாலும் அஸ்பராஜின் அமினோ அமிலம் அதை எளிதில் கரைத்து விடுகிறது.

மூளையும் நரம்பு மண்டலமும் ஆரோக்கியமாக இருக்க ஃபோலிக் அமிலம் அஸ்பராகஸ் மூலம் மூளைக்கு நன்கு கிடைக்கிறது. ஏற்கெனவே,

குளூட்டாமிக், அஸ்பராஜின் போன்றவை அஸ்பராகஸில் இருப்பதைப் பார்த்தோம். இந்த மூன்று சத்துகளும் உங்களுக்கு நாள் முழுவதும் மனத்தில் அமைதி நீடித்து இருக்குமாறு பார்த்துக் கொள்ளும்.

மேலும், ஃபோலிக் அமிலம் தீய கொலஸ்ட்ராலைக் கரைத்து வெளியேற்றி விடுகிறது. வைட்டமின் சி முதுமையடைவதைத் தடுத்து நிறுத்தி விடுகிறது. திடீர் உடல் நலக் குறைவு வராமல் பார்த்துக் கொள்கிறது வைட்டமின் ஏ.

'குழந்தை வரம்' வேண்டுபவர்கள் யுனானி மருத்துவர்கள் மூலம் அஸ்பராகஸ் மூலம் தயாரிக்கப்பட்டுள்ள மருந்தையும் வாங்கிப் பயன்படுத்தலாம். அவர்களே இதற்குச் சிறந்த ஆலோசகர்கள்.

சிறுநீரகத்தில் கற்கள் உள்ளவர்களும், நீரிழிவு மற்றும் தீவிர மஞ்சள் காமாலை போன்ற நோய்களுக்குத் தீவிரமாக சிகிச்சை, மருந்து எடுத்து வருபவர்களும் மருத்துவர்களின் அனுமதி பெற்றே அஸ்பராகஸ் தண்டை உணவில், உணவு மருந்தாகச் சேர்த்து வரவும். அஸ்பராகஸை உணவு மருந்தாகச் சேர்க்க மூலிகை மற்றும் யுனானி மருத்துவர்களின் ஆலோசனைகளே சிறந்த ஒன்றாக இருக்கிறது. எனவே, அவர்களையே முதலில் தொடர்பு கொள்ளுங்கள்.

நமக்கு வயதாகும் போது கண்களில் நோய் அதிகரிப்பது சாதாரண ஒன்றாக இருக்கிறது. கண்ணின் லென்சிலும் விழித் திரையிலும் குளூட்டாதியோன் என்ற ஆன்ட்டி ஆக்ஸிடென்டின் அளவு குறைவதே இதற்குக் காரணம். அஸ்பராகஸ் மூலம் குளூட்டாதியோன் எளிதில் கிடைத்து விடுகிறது. மேலும் அஸ்பராகஸில் உள்ள செலினியம் உப்பும் குளூட்டாதியோனை நமது உடலின் ஒவ்வோர் உயிரணுவின் உள்ளும் மீண்டும் மீண்டும் தோற்றுவிக்க உதவுகிறது. எனவே, பார்வைத் திறனை அதிகரிக்க, பசலைக் கீரையைப்போல அஸ்பராகஸையும் அளவுடன் தொடர்ந்து பயன்படுத்துவது நல்லது.

கரிசலாங்கண்ணி

ரத்தத்தைச் சுத்தப்படுத்தும் அசகாயக் கீரை

கரிசலாங்கண்ணி, வயல் வரப்புகளில் வளரும் களைச் செடியாகும். இதன் ஆங்கிலப் பெயர் Eclipse Plant என்பதாகும்.

இதில் இரண்டு வகைகள் உள்ளன. ஒன்று வெள்ளைக் கரிசலாங் கண்ணி, இரண்டாவது மஞ்சள் கரிசலாங்கண்ணி.

இரண்டு வகையையும் நன்கு பயன்படுத்தலாம்.

இருப்பினும் மாவுப் பொருள், புரதம், கால்சியம், பாஸ்பரஸ், இரும்பு ஆகிய சத்துகள் வெள்ளை கரிசலாங்கண்ணியில் அதிகமாய் இருப்ப தால் இந்த வகைகளையே நன்கு உணவில் பயன்படுத்தவும். 100 கிராம் வெள்ளை கரிசலாங்கண்ணியில் 300 மில்லி கிராம் அளவு கால்சியமும், 460 மி.கி. அளவு பாஸ்பரஸ் உப்பும், 9 மி.கி. அளவு இரும்புச் சத்தும் உள்ளன. கிடைக்கும் சக்தி 75 கிலோ கலோரி.

வெள்ளை மற்றும் மஞ்சள் நிறப் பூக்களை வைத்து கரிசலாங்கண்ணி இலைகளை அடையாளம் கண்டு கொள்ளலாம்.

மஞ்சள் கரிசலாங்கண்ணி கீரையையும் உணவில் பயன்படுத்தலாம். வைட்டமின் ஏ தாராளமாக இருப்பதால் இரண்டு வகையான கீரையும் பார்வைத் திறனை மேம்படுத்தும்.

எலும்பு மண்டலம் உறுதி பெறவும் எப்பொழுதும் உடல் சக்தியுடன் திகழவும் இக் கீரையை அடிக்கடி உணவில் சேர்த்து வரவும்.

வெள்ளை கரிசலாங்கண்ணியில் கால்சியத்தைப் போலவே உள்ள பாஸ்பரஸ் உப்பு எல்லாத் திசுக்களும் சுறுசுறுப்பாகச் செயல்பட உதவுகிறது. இதனால் நரம்பு மண்டலம் துடிப்புடன் திகழ்கிறது. மேலும் தலை முடி கொட்டாமல் இருக்க உதவுவதுடன் உடல் சோர்வையும் மூளைச் சோர்வையும் தடுத்து விடுகிறது. மேலும் இதயம் சீராகத் துடிக்கவும், சிறுநீரகம் சிரமமின்றிச் செயல்படவும் இந்த உப்பு உதவுகிறது.

மேலும் ரத்தத்தில் காரச் சத்தும் பீட்டா கரோட்டீனும் அதிகரிக்க இந்த உப்பு உதவுவதால் நோய் எதிர்ப்புச் சக்தி அதிகரிக்கிறது. பீட்டா கரோட்டீன் பார்வைத் திறனையும் கூர்மைப்படுத்துகிறது.

இன்னும் கொழுப்பு சேமிப்பாகாமல் இருக்கவும், அவற்றை உடைத்து வளர்சிதை மாற்றம் செய்யவும் லெசித்தின், செப்பாலின் (Cephalin) என்ற இரு பொருள்களை உருவாக்கி உடலின் ஒவ்வோர் உயிரணு விலும் அவை இருக்குமாறும் பார்த்துக்கொள்கிறது.

இதனால் உடல் பருமனாவது, மாரடைப்பு, இதய நோய் ஏற்படுவது போன்றவை தடுக்கப்படுகின்றன. கீரையில் உள்ள பாஸ்பரஸ் உப்பு மிகவும் முக்கியமானது.

கால்சியம், இரும்பு, வைட்டமின் ஏ ஆகியவற்றுடன் பாஸ்பரஸ் உப்பும் தாராளமாகக் கிடைப்பதற்காகவே கரிசலாங்கண்ணிக் கீரையைத் தவற விடாமல் சாப்பிட்டு வரவும்.

எப்படிச் சாப்பிடுவது?

கரிசலாங்கண்ணிக் கீரையைத் துவரம் பருப்பும் தேங்காய்த் துருவலும் சேர்த்து வேக வைத்துக் கலந்து உண்ண வேண்டும். இதனால் ரத்த சோகையும், முடி கொட்டுதலும் குணமாகும். இள நரை கறுப்பாகும். முடியும் அடர்த்தியாக, கறுப்பாக வளரும். கீரையில் உள்ள இரும்புச் சத்துதான் முடி வளர்வதுடன் ரத்த சோகையையும் குணமாக்குகிறது.

கடையில் விற்பனையாகும் கரிசலாங்கண்ணித் தைலம் முடி வளர உதவும்.

கால்சியம் உப்பும் தாராளமாக இருப்பதால் உடல் உறுதியுடன் ஆரோக்கியமும் புதுப்பிக்கப்படும்.

கீரையை சாதாரணமாக சமைத்துச் சாப்பிட்டு வந்தால் மலச் சிக்கல் எளிதில் குணமாகும். உடலின் சூடும் குறையும்.

பார்வைத் திறன் மேம்பட மஞ்சள் பூக்கள் உள்ள 15 இலைகளை மூன்று மிளகுடன் சேர்த்து நன்றாக மென்று சாப்பிடவும். காலைப் பலகாரத் திற்கு முன்பு இப்படிச் சாப்பிடவும். இதைச் சிறிது தண்ணீர் விட்டு அரைத்தும் சாப்பிடலாம். இதற்குப் பிறகு ஒரு டம்ளர் பால் அருந்தி வரவும்.

மண்ணீரல், கல்லீரல், மஞ்சள் காமாலை பிரச்னை போன்றவை குணமாக இதே போல 15 இலைகளையும் 5 அல்லது 6 மிளகையும் நன்கு சேர்த்து அரைத்து மோருடன் கலந்து காலை உணவுக்கு முன்பாக அருந்தி வரவும்.

இதனால் கல்லீரலும் மண்ணீரலும் பலம் பெறும். தினமும் மது அருந்து பவர்கள் தங்கள் கல்லீரல் கெட்டுப் போகாமல் இருக்க இதே முறையில் கீரையை மோருடன் கலந்து அருந்தி வரவும். அல்லது கீரைப் பொரியல், கடைசல் என்றும் உண்டு வரவும்.

பற்கள் வெள்ளையாக மாற

கரிசலாங்கண்ணி இலைகளை நன்கு மென்று பற்களைத் தேய்த்தால் பற்கள் 'பளிச்' என்று வெண்மையாக மாறும். வாய்ப் புண் குணமாகும். வாய் நாற்றம் அகலும். பற்களும் குடலும் சுத்தமானால் வாய் நாறாது. எனவே, கீரைப் பொரியலையும் அடிக்கடி உணவில் சேர்த்து வரவும். இதனால் பற்களும் உறுதியாகும்.

சொறி, சிரங்கு, படர் தாமரை உள்ள இடங்களில் இதன் சாற்றைப் பூசி வந்தால் விரைந்து குணம் பெறலாம்.

வாரத்திற்கு நான்கு வேளை உணவில் சேர்த்து வந்தால் தோல் நோய்கள் விரைந்து குணமாகும். சிறுநீர் நன்கு பிரியவும், சளி, இருமல் குணமாகவும் இதே கீரைப் பொரியல் உதவும்.

இக்கீரையை அதிகம் சாப்பிட்டால் மலச் சிக்கல் உண்டாகும். அளவுடன் சாப்பிட்டால் மலச் சிக்கலும் பிற உடல்நலப் பிரச்னைகளும் குணமாகும்.

இக்கீரையைத் துவையலாகவும் சாப்பிடலாம்.

மஞ்சள் காமாலை தாக்கினால் இக் கீரைச் சாற்றை காலையில் வடிகட்டி அரை டம்ளர் (இரண்டு அவுன்ஸ்) அளவு ஒரு வாரம் வரை அருந்தி வரவும். பிறகு இக் கீரையை மருந்து மாத்திரைகளுடன் பச்சடி, பொரியல் என்று சாப்பிடவும்.

குடிகாரர்களும், ஈரல் வீக்கம் உள்ளவர்களும், மாத விலக்கின்போது அதிக ரத்தப் போக்கால் அவதிப்படும் பெண்களும் இக் கீரையைச் சாறாகவும், பொரியலாகவும் சாப்பிட்டு வரவும்.

இதய நோய்கள் இன்றி நீண்ட நாள்கள் வாழ விரும்பினால் இக் கீரையை வாரத்திற்கு 4 அல்லது 5 வேளைகள் வீதம் சாப்பிட்டு வாருங்கள். இதனால் மற்ற நோய்களும் உங்களைத் தாக்காது. ஆரோக்கியமாக வாழ்வீர்கள்.

கறிவேப்பிலை

உடல் பருமனைக் குறைக்கும் உன்னத மூலிகை

கண்களுக்குக் குளிர்ச்சி தரும் கறிவேப்பிலையின் தனிச் சிறப்பு என்ன தெரியுமா? உடல் பருமனை விரைந்து குறைப்பதுதான்!

இத்துடன் பார்வைத் திறனை மேம்படுத்தும் வைட்டமின் தாராளமாக உள்ள உள்ள முதல் உணவும் கறிவேப்பிலைதான்!

நீரிழிவு நோயாளிகள் எடை அதிகரிக்காமல் பார்த்துக்கொள்ள வேண்டும். அதே நேரத்தில் அதிக எடையையும் குறைத்துக்கொள்ள வேண்டும்.

இந்த இரண்டு பணிகளையும் திறம்படச் செய்கிறது, கறிவேப்பிலை. இதைத் துவையலாக தினசரி ஒரு வேளை சேர்த்துவந்தால் பூரண ஆரோக்கியத்துடன் இனிமையான தோற்றம் தொடரும்.

உணவில் மணமூட்டும் கறிவேப்பிலை மருத்துவக் குணங்கள் நிரம்பி யவையாகும். அகத்தி, முருங்கையைப்போல ஒவ்வோர் வீட்டிலும் இருக்க வேண்டிய அரிய மரம் கறிவேப்பிலை மரமாகும்.

இது ஒரு சிறு மரம்தான். ஆங்கிலத்தில் கர்ரி லீஃப் (Curry LEaf) என்று கறிவேப்பிலையைக் குறிப்பிடு கின்றனர். செட்டி நாட்டில் கருவேப்பிலை என்கின்றனர்.

100 கிராம் கறிவேப்பிலையில்...

புரதம்	-	6%
கொழுப்பு	-	1%
நார்ச் சத்து	-	6.5%
மாவுப் பொருள்கள்	-	19%
வைட்டமின் ஏ	-	7560 மைக்ரோ கிராம்
கால்சியம்	-	82.5 மில்லி கிராம்
மக்னீசியம்	-	221 மி.கிராம்
இரும்பு	-	7 மில்லி கிராம்
பாஸ்பரஸ்	-	5.5 மில்லி கிராம்
சக்தி	-	56 கிலோ கலோரி

இத்துடன் ரத்தத்தில் சர்க்கரை அளவைக் கட்டுப்படுத்தும் குரோமியம் உப்பு, பி குரூப் வைட்டமினைச் சேர்ந்த தயாமின், ரிபோ ஃப்ளவின், நியாசின், ஃபோலிக் அமிலம் போன்றவையும் சிறிதளவு உள்ளன.

பி குரூப் வைட்டமின்கள் உடலால் நன்கு கிரகிக்கப்படவும், கொழுப்பு ஜீரணமாகவும், மாவுச் சத்து வளர்சிதை மாற்றம் அடைவதை சரியாக ஒழுங்குபடுத்தவும் 80 மில்லி கிராம் அளவு கந்தக உப்பு கறிவேப்பிலை யில் இருக்கிறது.

கல்லீரலில் பித்த நீர் சுரப்பி தொடர்பாகவும் இந்த உப்பு உதவுகிறது. எல்லாவற்றையும்விட உடலில் உள்ள விஷப் பொருள்களையும், கழிவுப் பொருள்களையும் கந்தக உப்பு கரைத்து வெளியேற்றி விடுகிறது. இதன்னால் தோல் சுத்தமாகி பளபளப்பாகவும் வழவழப்பாகவும் ரோஜா இதழ்கள்போல் காட்சியளிக்கிறது.

பளபளப்பான தலை முடியும், தோலும் வேண்டும் என்று விரும்பும் பெண்கள் தினமும் இரண்டு தேக்கரண்டி கறிவேப்பிலைத் துவையலை உணவில் சேர்த்து வரவும்.

வறண்ட தோலும், செம்பட்டையான தலைமுடியும் மாற கறிவேப்பிலை எளிமையான உணவு மருந்தாகும்.

அதிக கொழுப்பு உடலில் சேமிப்பாகாமல் பார்த்துக்கொள்ள குளோரின் உப்பு 198 மில்லி கிராம் அளவு கறிவேப்பிலையில் இருக்கிறது. இந்த உப்பு ரத்தத்தில் காரச்சத்து சரியான அளவில் இருக்குமாறு கட்டுப் படுத்துகிறது.

மேலும் பொட்டாசியம் உப்புடன் இணைந்து வேலை செய்கிறது. வயிற்றில் ஹைடிரோ குளோரிக் அமிலம் சுரக்க பொட்டாசியம் குளோரைடு தேவை. புரத உணவுகள் நன்கு செரிமானமாக ஹைடிரோ குளோரிக் அமிலம் வயிற்றில் நன்கு உற்பத்தியாக வேண்டும். கறிவேப்பிலைத் துவையல், பொடி மூலம் குளோரின் எளிதில் கிடைத்து விடுகிறது.

கறிவேப்பிலை சேர்த்துக் கொள்வதன் மூலம் உணவுகள் மிக எளிதில் ஜீரணமாகும். ஆடு, மாடு போன்ற இறைச்சிகளில் உள்ள புரதம் உடலுக்கு நன்கு கிடைக்கவும், ஜீரணமான பிறகு குடலில் தங்கும் நஞ்சுகளையும்கூட குளோரினும் கந்தகமும் வெளியேற்றி விடும். இதன் மூலம் நோய் எதிர்ப்புச் சக்தியும் அதிகரிக்கும்.

நகங்கள் உடையாமல் வளர கந்தக உப்பு உதவும். நகங்கள் வலிமை பெறும்.

கறிவேப்பிலையின் மருத்துவக் குணங்கள்

- பசியை உண்டாக்கும்.
- ரத்தத்தில் சிவப்பு அணுக்களை அதிகரிக்கும்.
- ரத்தம் சுத்தமாகும்.
- பித்தம் தணியும்; உடல் சூடும் குறையும்.
- வாந்தி, குமட்டல், நாள்பட்ட காய்ச்சல் குணமாகும்.
- வைட்டமின் ஏயால் பார்வைத் தெளிவு அதிகரிக்கும்.
- வைட்டமின் ஏ தாராளமாக இருக்கிறது. இது ஒரு சிறந்த ஆன்ட்டி ஆக்ஸிடென்ட். இதனால் புற்று நோய், இதய நோய் முற்றிலும் தடுக்கப்படும். இவை இரண்டையும் அடியோடு தவிர்க்க ஃப்ரீராடிக்கல் என்னும் திரவத்தை அதிகம் சுரக்காமல் 'ஏ' தடுக்கும். இதனால் உடல் இளமையான தோற்றத்துடனும் காட்சியளிக்கும். அதுவும் ஆரோக்கியமாக!
- கை, கால்களில் நடுக்கம் உள்ளவர்கள் தொடர்ந்து சாப்பிட் டால் நரம்பு மண்டலம் உறுதி பெற்று நடுக்கம் குறையும். அதற்கு ஏற்ப கால்சியம் உப்பு இதில் தாராளமாக இருக்கிறது. உடலில் உள்ள வீக்கம், கட்டிகள் குணமாகும். இதற்காக கறிவேப்பிலையைக் காயங்களுக்கு வைத்துக் கட்டலாம்.
- ரத்தத்தில் சர்க்கரை அளவு கட்டுப்படுத்தப்படும்.
- பாஸ்பரஸ் உப்பு போதியளவில் இருப்பதால் ஞாபக சக்தி அதிகரிக்கும்.

- இளம் வயதில் முடி நரைக்காது. முடி உதிராமல் 'கரு கரு' என கூந்தல் வளரும்.

- அனைத்து வயதினரும் பயமில்லாமல் துவையல், பொடி என்று கறிவேப்பிலையை உணவில் சேர்த்துக்கொள்ளலாம்.

- வாய்க் கசப்பும் வாயுத் தொல்லையும் குறையும்.

- உடல் பருமன் குறையும்.

- மக்னீசியம் உப்பும், ஃபோலிக் அமிலமும் கறிவேப்பிலை யில் இருக்கிறது. பாஸ்பரஸ் உப்பைப் போலவே மக்னீசியம் உப்பும் லெசித்தின் என்ற பொருளை ரத்தத்தில் உருவாக்கி விடுகிறது. லெசித்தின், ரத்தக் குழாய்களில் கொலஸ்ட்ரால் சேமிப்பாகாமல் கரைத்து விடுகிறது. இதனால் பக்கவாதம், மாரடைப்பு போன்றவை முழுமையாகத் தடுக்கப்படுகிறது.

- சாதத்தில் ஒரு தேக்கரண்டி நெய் ஊற்றி இரண்டு தேக்கரண்டி கறிவேப்பிலைப் பொடி சேர்த்துப் பிசைந்து சாப்பிட்டு வந்தால் மலக் கட்டும், வயிற்றுப் போக்கும் குணமாகும். மலச் சிக்கல் வராமல் இருக்க, இதே முறையில் சாப்பிட்டு வரவும். மூன்று வேளையும் துவையல், பொடி என்று சேர்க்கலாம்.

- ரத்தம் சுத்தமாவதால் வெண் புள்ளிகள் குணமாகும். செம்பு உப்பும், டைரோசின் என்ற அமினோ அமிலமும் வெண் புள்ளி களின் நிறத்தை மாற்றும். இதற்காக கறிவேப்பிலைத் துவையலு டன் செம்பு உப்பு தாராளமாக உள்ள வால்நட், முந்திரிப் பருப்பு, தினை, பார்லி, கம்பு போன்றவற்றையும், தடைரோசின் அமினோ அமிலம் தாராளமாக உள்ள அரிசி, கீரைகள், தயிர், பால் போன்றவற்றையும் உணவில் சேர்த்து வரவும். இதனால் வெண்படை நோய் முற்றிலும் குணமாகும்.

கறிவேப்பிலையை எப்படிச் சாப்பிடுவது?

நீங்கள் சாப்பிடும் சாதத்தில், குழம்பில், பொரியலில், பச்சடியில்... கறி வேப்பிலை இருந்தால் அதை நன்கு மென்று சாப்பிடவும். குறிப்பாக உணவை முடிக்கும்போது கடைசியாக கறிவேப்பிலையைச் சாப்பிட் டால் நீங்கள் சாப்பிட்ட உணவுகளுள் கடின உணவோ, விஷம் உண்டாக் கும் உணவோ இருந்தால் அவற்றை கறிவேப்பிலை வெளியேற்றி விடும். கடின உணவு உடனே ஜீரணமாகி விடும். அதில் இருந்த நச்சுப் பொருள்களும் குடலில் நீங்காமல் வெளியேற்றப்பட்டு விடும்.

கறிவேப்பிலைப் பொடியைத் தயிர் சாதத்தில் போட்டுப் பிசைந்து சாப்பிட்டால் மேற்கண்ட நன்மைகள் உறுதியாக உண்டு. சுவையாக வும் சேர்த்துச் சாப்பிடவும்.

கறிவேப்பிலை துவையல்

கறிவேப்பிலை, சின்ன வெங்காயம், இஞ்சி, பூண்டு, சீரகம், கொத்து மல்லி சேர்த்து வதக்கவும். பிறகு இதை மிக்ஸி மூலம் துவையலாக அரைக்கவும். கறிவேப்பிலைத் துவையல் பசியின்மையை எளிதில் போக்கும்.

கறிவேப்பிலைப் பொடி

கறிவேப்பிலை 2 கப், சீரகம் கால் கப், காய்ந்த மிளகாய் 5, மிளகு, பெருங்காயம் சிறிதளவு உளுத்தம் பருப்பு அரை கப், ஒரு தேக்கரண்டி கடலை எண்ணெய், சுக்குத் தூள் ஒரு தேக்கரண்டி, இவற்றைச் சிறிது எண்ணெயில் வதக்கி மிக்ஸி மூலம் அரைத்துப் பொடியாக வைத்துக் கொள்ளவும். இதுவே கறிவேப்பிலைப் பொடி.

உடல் பருமனையும் தொந்தியையும் குறைக்கலாம்

நீரிழிவு நோயாளிகளுள் பலர் ஒல்லியாகவும், அதே நேரத்தில் நீண்ட நாள்கள் வாழ்பவர்களாகவும் உள்ளனர். இதற்குக் காரணம் அவர்கள் ஒவ்வொரு நாளும் தவற விடாமல் சாப்பிடும் ஐந்து உணவுகளே. அவற்றுள் ஒன்றுதான் கறிவேப்பிலை துவையல் (மற்றவை: வெந்தயப் பொடி, வர மிளகாய் துவையல், கொண்டைக் கடலை, வெங்காயம்). இவர்களும் தினம் இருவேளை இந்தத் துவையலைச் சாப்பிட்டு வருகின்றனர்.

கொழுத்த சரீரம் கொண்டவர்களும், தொப்பை ஆசாமிகளும் கறிவேப் பிலையின் மூலம் ஒல்லியாக மாறலாம்.

வில்வ இலை, கறிவேப்பிலை தலா 15, வெள்ளைப் பூசணிக்காய் 200 கிராம் இவை மூன்றையும் நன்கு கழுவி, தண்ணீர் விட்டு மிக்ஸி மூலம் சாறாக்கி அருந்தினால் கொழுப்பு சேர்வது தடுக்கப்படும். வாரத்திற்கு மூன்று நாள்கள் இதேபோல ஒருவேளை வீதம் சாப்பிட்டு வரவும். இது ஆயுர்வேதம் தரும் மருத்துவக் குறிப்பு.

தொப்பை குறைய பார்லி அரிசியை வடித்து ஒரு டம்ளர் பார்லி தண்ணீர் எடுத்துக் கொள்ளவும். அதில் தலா ஒரு தேக்கரண்டி கறிவேப்பிலைப் பொடி, கொள்ளுப் பொடி சேர்த்து தினசரி அருந்தி வந்தால் தொப்பை குறைய ஆரம்பிக்கும். பார்லித் தண்ணீர் மூளையை விழிப்புடன்

வைத்திருக்கும். எனவே, தொப்பை குறையும்வரை இதே முறையில் பார்லித் தண்ணீரை அருந்தி வரவும்.

நீரிழிவு நோயாளிகள் ஒரு டம்ளர் மோரில் தலா ஒரு தேக்கரண்டி, கறிவேப்பிலைப் பொடி, ஓமம் என இரண்டையும் கலக்கி விட்டு அருந்தவும்.

இதனால் சர்க்கரை கட்டுப்படுவதுடன் உடல் பருமனும் குறையும். மோரில் சேர்க்கப்படும் ஓமம் கறிவேப்பிலையைப்போல் உடல் பருமனைக் குறைக்கும். காய்ச்சல் நேரத்தில் நன்கு பசி எடுத்துச் சாப்பிட இதே முறையைக் கடைப்பிடிக்கவும்.

கறிவேப்பிலையால் ரத்தம் சுத்தம் பெறுவதால் முகப் பரு மறையும். இருப்பினும் முகப் பருவை குணமாக்க ஒரு தேக்கரண்டி கறிவேப்பிலைப் பொடியுடன் அரைத் தேக்கரண்டி சோம்புப் பொடியைச் சேர்க்கவும்.

இதில் பன்னீர் விட்டுக் குழைத்து அதைப் பருக்களின் மேல் பூசி வந்தால் போதும். பருக்கள் காய்ந்து உதிர்ந்து விடும். தழும்புகளும் விரைவில் மறைந்திடும். பன்னீர் தழும்பு மறைய உதவி செய்யும். சோம்பு, கறிவேப்பிலையுடன் சேர்த்து பருக்களைக் காய வைத்து உதிர வைக்கிறது.

எனவே, இன்று முதல் கறிவேப்பிலைத் துவையலும், பொடியும் நம் உணவில் சிறந்த உணவு மருந்தாக இடம் பெற வைப்போம்.

காசினிக் கீரை

சிறுநீரகத்தைப் பாகாக்கும் சிறப்புக் கீரை

தினசரி காபி அருந்தும் அனைவரும் காசினிக் கீரை சாப்பிடுகிறவர் களே! காரணம், காப்பித் தூளுடன் கலக்கப்படும் சிக்கரி இதன் வேரிலிருந்துதான் தயாரிக்கப்படுகிறது.

சிக்கோரி (Chicorry) இலையே காசினிக் கீரை. இதன் தாவரப் பெயர் சிக்கோரியம் இண்டிபஸ் (Chicorium Intibus) என்பதாகும்.

100கிராம் காசினிக் கீரையில்...

புரதம்	-	2 கிராம்
கொழுப்பு	-	0.7 கிராம்
மாவுப் பொருள்கள்	-	5 கிராம்
கால்சியம்	-	95 மில்லி கிராம்
பாஸ்பரஸ்	-	21 மி.கி.
இரும்பு	-	8 மி.கி.
சக்தி	-	77 கிலோ கலோரி

காசினிக் கீரை இங்கிலாந்தில் தோன்றியது. இந்தியாவில் தமிழ் நாடு, குஜராத், கேரளா, பஞ்சாப் ஆகிய மாநிலங்களில் இக் கீரையைச் சிக்கரித் தூளுக்காகவும் மருத்துவக் குணங்களுக்காகவும் பயிர் செய்கின்றனர்.

மருத்துவக் குணங்கள்

ரத்தம் நன்கு சுத்தமாகும். எனவே சமைத்துச் சாப்பிட்டால் உடலுக்கு உறுதியும் உற்சாகமும் கிடைக்கும்.

வாரத்திற்கு ஐந்து வேளை, கீரையைச் சமைத்து உண்டு வந்தால் கல்லீரல் கோளாறுகள் அனைத்தும் குணமாகும். வீக்கங்களுக்கு இக் கீரையை அரைத்துப் பற்றுப் போடலாம். உடலுக்குக் குளிர்ச்சியைத் தரும் கீரை இது.

சிறுநீரகத்தில் கற்கள் இருப்பவர்களும், சிறுநீரகம் தொடர்பாக சிகிச்சை பெறுகிறவர்களும் தினசரி ஒருவேளை பாசிப் பருப்பு சேர்த்துச் சமைத்துச் சாப்பிட்டு வந்தால் கற்கள் கரையும். இத்துடன் தயிரும் நன்கு சேர்த்துக்கொள்ளவும். ஓமம் கலந்த மோரையும் காசினிக் கீரை உணவுடன் சாப்பிட்ட பிறகு அருந்தவும். இதனால் கற்கள் வலியின்றி விரைந்து கரையும்.

மூலிகை மருத்துவரின் ஆலோசனைப்படி இதைச் சாறாக அருந்தலாம். இதனால் சிறுநீர் நன்கு பிரியும். காசினிக் கீரையின் பூக்களும் கல்லீரலைக் காப்பதில் முக்கிய பங்கு வகிக்கிறது. மது அருந்துபவர் களும், அசுத்தமான உணவு விடுதிகளில் சாப்பிடுகிறவர்களும் மஞ்சள் காமாலை தாக்காமல் தடுக்க, இப்பூவைக் கஷாயமாக்கி அருந்தி வர வேண்டும். காசினிக் கீரை துவட்டலும் மஞ்சள் காமாலை வராமல் தடுக்கிறது.

குப்பைமேனிக் கீரை

மேனி அழகை மெருகூட்டும் மேன்மைக் கீரை

தரிசு நிலத்தில் வளரும் சிறிய இலைகளைக் கொண்ட ஒரு வகைக் கீரையே குப்பைமேனிக் கீரை ஆகும்.

தரிசு நிலங்களைப் போல குப்பை மேடுகளிலும் தானாகவே வளரும் கீரை என்பதால் இதைக் குப்பைக் கீரை என்கின்றனர். இதன் தாவரப் பெயர்; அமராந்தஸ் விரிடிஸ் (Amaranthus Viridis) என்பதாகும்.

பார்ப்பதற்கு முளைக் கீரையைப் போல இருக்கும். தண்ணீர் அதிகம் கிடைக்காத பகுதிகளில் வளர்வதால் பசுமை குறைவாக இருக்கிறது. கீரையில் நீர்ச் சத்தும் குறைவு. இதன் தண்டு பச்சை அல்லது சிவப்பு நிறத்தில் காணப்படுகிறது. கீரை கரும் பச்சை நிறத்தில் இருக்கும். கீரை முளைத்த ஒரு மாதத்தி லேயே பறித்துச் சமைத்துச் சாப்பிடலாம்.

100 கிராம் குப்பைக் கீரையில்...

புரதம்	-	5 கிராம்
நார்ப் பொருள்	-	6 கிராம்
மாவுப் பொருள்கள்	-	4 கிராம்
கால்சியம்	-	330 மில்லி கிராம்

இரும்பு	-	19 மில்லி கிராம்
பாஸ்பரஸ்	-	50 மில்லி கிராம்
வைட்டமின் சி	-	178 மில்லி கிராம்
கிடைக்கும் சக்தி	-	38 கிலோ கலோரி

இக் கீரையை புரதம், கால்சியம், இரும்பு, வைட்டமின் சி, பாஸ்பரஸ் ஆகியவற்றிற்காகவே தேடிப் பிடித்துச் சாப்பிட வேண்டும்.

வளரும் குழந்தைகளுக்கும் முதியவர்களுக்கும் ஆரோக்கியம் தரும் அரிய கீரை இது. மேற்கண்ட ஐந்து சத்துகளும் இவர்கள் உடலை உறுதியாக வைத்துப் பராமரிக்கும். ஒல்லியானவர்கள் சற்று உடல் பருக்கவும், அழகான மேனி எழிலையும் பெறுவார்கள். காரணம், வைட்டமின் சிதான்.

தோலில் உள்ள குறைகள், சுருக்கம் முதலியவற்றைப் போக்கி உடலிலும் நோய் எதிர்ப்புச் சக்தியை அதிகரிக்கிறது வைட்டமின் சி. உடலில் உள்ள புண்களை வேகமாகக் குணமாக்க வைட்டமின் சி தாராளமாக இருக்க வேண்டும். அது குப்பை மேனிக் கீரையில் தாராளமாக உள்ளது.

எலும்புகளிலும் திசுக்களிலும் காணப்படும் புரதப் பொருளான கொலாஜனை உருவாக்கும் பணியைச் செய்வது வைட்டமின் சிதான். இந்த வைட்டமின் சி குறைந்தால் ஒவ்வொரு செல்லையும் இணைத்துக் கட்ட உதவும் கொலாஜன் தயாரிப்பு குறைந்துபோய் விடும். இதன் காரணமாக ஆறாத புண்களுடன் முதுமைத் தோற்றமும் ஏற்படும். அதற்கு ஏற்ப தோலின் விறைப்புத் தன்மையும் நெகிழ்ந்து போய் விடும்.

போதிய அளவு வைட்டமின் சி உடலில் இருந்தால்தான் இரும்புச் சத்தை உடல் நன்கு உறிஞ்சிக் கொள்ள முடியும். குப்பைக் கீரையில் போதிய அளவு வைட்டமின் சியும், இரும்புச் சத்தும் இருப்பது குறிப்பிடத் தக்கது.

வைட்டமின் சி தாராளமாக இருப்பதால் இக்கீரையை அரைத்து வீக்கம், கட்டி ஆகியவற்றின் மீது கட்டி வந்தால் வீக்கமும் கட்டியும் கரைந்து குணமாகும். பருப்பு சேர்த்துக் கடைந்து உண்பதால் வைட்டமின் சி நன்கு கிடைத்து புண்கள் குணமாக ஆரம்பிக்கும். நன்கு பசி எடுத்துச் சாப்பிடலாம். சிறுநீர் நன்கு பிரியும். கால்சியம் உப்பும் தாராளமாக இருப்பதால் கை, கால் நடுக்கம் குணமாகும். அதற்கு ஏற்ப நரம்பு மண்டலமும் உறுதி பெறும்.

வைட்டமின் சியுடன் சேர்ந்து கால்சியம் உப்பு இதயத்தைப் பாதுகாக்கிறது. இதனால் ரத்தக் கொதிப்பு இன்றியும் நலமாக வாழலாம்.

கீரைப் பொரியல் சளி, இருமலைக் குணமாக்கும். மலச் சிக்கல் குணமாகும். ஆன்டியோ போரோசிஸ் என்னும் எலும்பு மெலிவு நோயையும், முதுகு வலியையும் தவிர்க்க இந்தக் கீரையை அடிக்கடி உணவில் சேர்த்து வரவும். உடலுக்கு வெப்பம் தரும் கீரை இது.

வயதானவர்களின் புரதத் தேவையை காளான் காய்கறியைப்போல முழுமையாகத் தீர்க்கிறது குப்பைமேனிக் கீரை.

கொத்தமல்லிக் கீரை

தொற்று நோயைக் குணமாக்கும் நறுமணக் கீரை

கீரை வகைகளுள் வைட்டமின் ஏ தாராளமாக உள்ள உணவுகளுள் இரண்டாவது இடத்தில் இருப்பது கொத்தமல்லிக் கீரை (முதல் இடம் குப்பைமேனிக் கீரை, மூன்றாவது இடம் முருங்கைக் கீரை).

முதுமையைத் தடுத்து இளமையைப் பாதுகாக்கும் முதல் வைட்டமின் ஏ தான். தொற்று நோய்கள் தாக்காமல் இருப்பதற்காகவே கொத்தமல்லிக் கீரை தூவப்படுகிறது.

துவையலாகவும், சட்னியாகவும் தயாரித்துச் சாப்பிடப்படுகிறது. தொற்று நோய்கள் வராமல் தடுப்பது வைட்டமின் ஏதான்.

கொத்தமல்லிக் கீரை சிறிய அளவில்தான் நம் உணவில் சேர்க்கப் படுகிறது. இது கல்லீரலில் வைட்டமின் ஏயின் அளவு குறையாமல் பார்த்துக் கொள்கிறது. கல்லீரலில் இந்த வைட்டமின் ஏ குறைந்தால் ஈரல் நோய்கள் எட்டிப் பார்க்கும்.

இரும்புச் சத்தும் தாராளமாக உள்ள கீரை இது. இதனால் ரத்த சோகை யையும் விரைந்து குணமாக்கும்.

வயதான காலத்திலும் உடல் உறுதியுடனும் பார்வைத் திறனுடன் வாழ்வதற்கு உதவும் அரிய நறுமணமுள்ள கீரை இது.

உணவில் நறுமணத்திற்காகப் பயன்படுத்தப்படும் கொத்தமல்லிக் கீரையின் தாயகம் மத்தியத் தரைக் கடல் பகுதியாகும். இதன் ஆங்கிலப் பெயர் 'கொரியாண்டர் (Coriander)' என்பதாகும்.

கொத்தமல்லிக் கீரையின் மருத்துவக் குணங்கள்

- காய்ச்சல் குணமாகும்.
- பசிச் சுவை உண்டு பண்ணும் பொருள் இது.
- உடலுக்குக் குளிர்ச்சியைத் தரும்.
- பித்தத்திற்கு எதிரானது.
- நன்கு செரிமானமாகும்.
- இதயம் சீராக இயங்க உதவும்.
- பெரியம்மை நோய் குணமாகும்.
- பச்சையாக மென்று தின்றால் வாய் துர்நாற்றம் அகலும்.
- மன அழுத்தமும் தூக்கமின்மையும் குணமாகும்.
- வாந்தி, சளி, பல் வலி, பல் ஈறுகளில் வீக்கம் முதலியவை குணமாகும். இதற்கும் பச்சையாக மென்று தின்ன வேண்டும்.
- ஆண்மைக் குறைவு குணமாகும்.
- மாலைக் கண்நோய் குணமாகும்.
- சிறுநீர் நன்கு பிரியும்.
- ஆன்ட்டி ஆக்ஸிடென்ட் நிறைந்தது. இதனால் நோய் எதிர்ப்புச் சக்தி அதிகரிக்கும்.
- தாய்ப் பால் நன்கு சுரக்கும்.
- கொலஸ்ட்ரால் குறையும்.

கீரை வகைகளுள் இரண்டு விதமான கீரையின் விதைகளைத்தான் அதிகமாகப் பயன்படுத்துகிறோம். இவற்றுள் ஒன்று கொத்தமல்லி விதை (இன்னொன்று வெந்தய விதை). உலகம் முழுவதும் உணவில் சேர்க்கப்படும் முதல் நறுமணப் பொருள் கொத்தமல்லி விதைதான்.

100 கிராம் கொத்தமல்லிக் கீரையில் உள்ள சத்துகள்

புரதம்	-	14.1 கிராம்
கொழுப்பு	-	16 கிராம்

நார்ப் பொருள்	-	33 கிராம்
மாவுப் பொருள்கள்	-	22 கிராம்
கால்சியம்	-	630 மில்லி கிராம்
பாஸ்பரஸ்	-	40 மில்லி கிராம்
இரும்பு	-	18 மில்லி கிராம்
தயாமின்	-	0.22 மில்லி கிராம்
ரிபோ ஃபிளவின்	-	0.35 மில்லி கிராம்
நியாசின்	-	1.1 மில்லி கிராம்
பொட்டாசியம்	-	990 மில்லி கிராம்
சோடியம்	-	32 மில்லி கிராம்
ஃபோலிக் அமிலம்	-	327 மில்லி கிராம்
கோலைன்	-	108 மில்லி கிராம்
கரோட்டீன்	-	940 மைக்ரோ கிராகம்
பைட்டனின் பாஸ்பரஸ்	-	320 மில்லி கிராம்
கிடைக்கும் சக்தி	-	288 கிலோ கலோரி

கொத்தமல்லிக் கீரையையும் விதையையும் சிறிதளவே பயன்படுத்து கிறோம். பச்சடியாகவோ, பொரியலாகவோ சாப்பிடுவதில்லை. இதே போல விதையை மிளகாய்ப் பொடியுடன் சேர்த்துப் பயன்படுத்து கிறோம்.

பித்தத்தைப் போக்க கொத்தமல்லி காப்பி தயாரிக்கும்போது ஒரு தேக்கரண்டி மட்டுமே விதைகளைப் பயன்படுத்துகிறோம்.

நிறைந்த மணம் இருந்தாலும் கொத்தமல்லி காரத் தன்மை கொண்டது என்பதாகும்.

இரண்டாவது, இதில் உள்ள பைட்டின் பாஸ்பரஸ் உணவில் உள்ள இரும்பு, பாஸ்பரஸ், கால்சியம் ஆகியவற்றை உடல் உறிஞ்சிக் கொள்ளாமல் தடுத்து விடுகிறது. எனவேதான் குறைந்த அளவே சாப்பிட்டாலும் கொத்தமல்லிக் கீரை துவையலும், ரசமும் முழு நலனை உடலுக்கு வழங்கி விடுகின்றன.

எப்படிச் சாப்பிடுவது?

சாறாகவும், சாலட்டாகவும், துவையலாகவும், சட்னியாகவும் சாப்பிடலாம்.

அஜீரணம், வயிற்று உப்புசம், பித்த வாந்தி, வயிற்றுப் பொருமல், வயிற்றில் புண் போன்றவை குணமாக இஞ்சி, புதினா, உப்பு, புளி சேர்த்து அரைத்துத் துவையலாகத் வைத்துச் சாப்பிடலாம். தோல் பளபளப்பாக மாறும்.

அதிகமாக மருந்து சாப்பிடுகிறவர்கள் மருந்துக் கழிவை வெளியேற்ற வும், உடலிலுள்ள விஷப் பொருள்களை அகற்றவும் இந்தத் துவையல் உதவும். வாரத்தில் ஒரு நாள் ஒரு டம்ளர் கொத்துமல்லிச் சாற்றை அருந்தி வந்தால் உடலிலுள்ள நஞ்சுகள் அனைத்தும் வெளியேறி உடல் ஆரோக்கியம் புதுப்பிக்கப்படும்.

தினமும் ஒரு வேளை கொத்தமல்லி மற்றும் மல்லி விதைகள் சேர்த்த ரசத்தால் மூளை நரம்பு புதுப்பிக்கப்படுகிறது. கொலஸ்ட்ராலும் குறைக்கப்படுகிறது. எப்படி?

மூளையைப் பாதுகாக்கும் அரிய சத்தான கோலைன் போதிய அளவில் இக் கீரையில் உள்ளன. கோலைன், லெசித்தின் என்ற பொருளை உருவாக்க நரம்பணுக்களின் ஆரோக்கியத்திற்கு உதவும். கொழுப்பை உடைத்துக் கரைப்பதால் உடல் பருமன் குறையும். வயதான காலத்தில் ஏற்படும் ஞாபக மறதியும் தடுக்கப்படும்.

மனித மூளை மற்றும் மூளை நரம்பு மண்டலத்தின் முக்கியப் பொருளாகும் லெசித்தின் (Lecithin). முட்டை, கேரட், முட்டைக் கோஸ், முள்ளங்கி போன்ற உணவுகளின் மூலமும் கோலைன் சத்தைப் பெறலாம். ஆனால், தினசரி ரசமும், துவையலும் சேர்த்துக் கொண்டால் கோலைன் (Choline) சத்து சிரமம் இன்றி எளிதில் கிடைத்து விடும்.

காய்ச்சல் குணமாக மிக எளிய வழி கீரைத் துவையல், ரசம் போன்ற வையே. கொத்தமல்லி தழையை பருப்பு, தேங்காய் போன்றவற்றுடன் சேர்த்து அரைத்துத் துவையலாகச் சாப்பிடவும். சாதத்தில் ஒரு தேக்கரண்டி நெய்யும் சேர்த்துக் கொள்ளவும்.

சூடான சாதத்தில் இந்தக் கொத்தமல்லித் துவையலைச் சேர்த்துப் பிசைந்து உண்டு வந்தால் நாக்குப் புண், வயிற்றுப் புண், வாய்ப் புண் என மூன்று வகையான புண்களும் குணமாகும். வாயுக் கோளாறுகளும் குணமாகும்.

காய்ச்சல்

கீரையில் மில்லி கிராம் பொட்டாசியம் உப்பு ரத்தத்தில் காரத்தன்மையை அதிகரித்து காய்ச்சலோ பிற உடல் நலப் பிரச்னைகளோ தாக்காமல்

பாதுகாக்கும். காய்ச்சலையும் குணமாக்கும். கீரையின் மூலம் தாராள மாக வைட்டமின் ஈயும் ரத்தத்தில் கலப்பதால் காய்ச்சல், தொற்று நோய் போன்றவையும் தடுக்கப்படுகின்றன.

எலுமிச்சை, மாம்பழம் ஆகியவற்றிற்கு அடுத்து லினாலூல் (Linalul) என்ற நறுமணம் தாராளமாக உள்ளது இந்தக் கொத்தமல்லிக் கீரை யிலும் தனியாவிலும்தான். இதுவும் நோய் எதிர்ப்புச் சக்தியை அதிகரிக்கும்.

கீரையிலும், விதையிலும் உள்ள வில்லாடைல் (Villatile Oil) எண்ணெய் தான் உணவுப் பொருள்களுக்கு நறுமணம் ஊட்டுகிறது. சுவாசப் பாதை யில் தங்கியுள்ள நோய்க் கிருமிகளை அழித்துக் கோழையை அழித்து வெளியேற்றுகிறது.

எனவே, காய்ச்சல் குணமாகும்வரை கொத்தமல்லி விதையுடன் துவரம் பருப்பு, சீரகம், மிளகு, திப்பிலி முதலியவற்றைச் சேர்த்து ரசம் வைத்து சாதத்தில் சேர்த்துச் சாப்பிட்டு வரவும். இதனால் பித்தமும் வாந்தியும் காய்ச்சலுடன் குணமாகும்.

காய்ச்சல் கடுமையாக இருந்தால் 50 கிராம் கொத்தமல்லி கீரையை மிக்ஸி மூலம் சாறாக்கி வடிகட்டி அருந்தவும். சித்த மருத்துவர் மூலம் இதை அருந்த அனுமதி பெறவும்.

பெரியம்மை நோய்

இரண்டு வாழைப் பழங்களுடன் இந்தக் கொத்தமல்லிக் கீரைச் சாற்றை இரண்டு குவளை அருந்தி வரவும். சாறு பிடிக்கவில்லை எனில் துவைய லும், ரசமும் சாப்பிடலாம். மருத்துவரின் மருந்துகளுடன் துவையலை யும், ரசத்தையும் உணவில் சேர்ப்பது நல்லது.

பல் வலி, வாய் நாற்றம் அகல கொத்தமல்லித் தழையை மென்று தின்று வந்தால் போதும்.

கொத்தமல்லி துவையல் ஆண்மைக் குறைவை குணமாக்கும்.

கீரையிலும், விதையிலும் மில்லி கிராம் மக்னீசியம் உப்பும், ஃபோலிக் அமிலமும் உங்கள் மனத்தை உற்சாகமாக வைத்துக்கொள்ள உதவும். துணிவுடன் வாழ உங்களைத் தயார்படுத்தும். அறிவுடன் சிந்தித்துச் செயல்பட இதில் உள்ள கோலைன் சத்து உதவும். சிறுநீரகக் கோளாறு களும் குணமாகும்.

உடலில் உள்ள வீக்கம், கட்டி விரைந்து குணமாக மல்லிக் கீரையை எண்ணெயில் வதக்கி குறிப்பிட்ட இடங்களில் கட்டி வந்தால் போதும்.

மதுப் பழக்கம் தீர இரண்டு தேக்கரண்டி விதையை இரண்டு டம்ளர் தண்ணீரில் கொதிக்கவிட்டு வடிகட்டி அருந்தி வரவும். காபி என்றால் இதில் கருப்பட்டியும் பாலும் சேர்த்து அருந்தலாம். இதனால் மதுப் பழக்கம் மறக்கும். பித்தமும் குணமாகும்.

சக்கரவர்த்திக் கீரை

உடலுக்குக் குளிர்ச்சி தரும் சத்தான கீரை

இட்லி, தோசை, சாதம் சாப்பிட்டதும் கிடைக்கும் மன நிறைவு எந்த ஒரு சிறப்பு உணவிலும் கிடைப்பதில்லை. நாம் பிறந்தது முதல் இந்த மூன்றையும் சாப்பிட்டுக் கொண்டே இருக்கிறோம்.

நீரிழிவு நோயாளிகள்கூட தினசரி இட்லியும், சாதமும் தவறாமல் சாப்பிடுகின்றனர்.

காரணம் என்ன? அரிசியில் தாராளமாக உள்ள லைசின் என்ற அமினோ அமிலம்தான். இந்த அமினோ அமிலம் தாராளமாக உள்ள கீரையாக சக்கரவர்த்திக் கீரை திகழ்கிறது.

எனவே, சக்கரவர்த்திக் கீரையை பருப்பு சேர்த்து நெய்யில் வதக்கிக் கடைந்து உண்டு வந்தால் மனத்திற்குத் திருப்தியும் உடலுக்குக் குளிர்ச்சியும் நன்கு கிடைக்கும்.

இக் கீரையின் ஆங்கிலப் பெயர் 'பிக்வீட் (Pigweed)', 'கூஸ் ஃபுட் (Goose Foot)' என்று இரு பெயர்களால் குறிக்கப்படுகிறது.

புரதச் சத்தும் தாராளமாக இருப்பதால் இக் கீரையைச் சிறிதளவு சாப்பிட்டாலே போதும்; வயிறு நிரம்பி விடும்.

ஹீமோகுளோபின் உருவாகவும், தேவையான ஹார்மோன்கள் நன்கு சுரக்கும்படித் தூண்டி விடவும் ஐஸோலியூசின் (Isoleucine) என்ற அமினோ அமிலமும், புரதச் சத்தை ஒழுங்குடன் வளர்சிதை மாற்றம் செய்து உடலின் சக்தி குறையாமல் பார்த்துக் கொள்ளவும், லியூசின் (Leucine) என்ற அமினோ அமிலமும் இக்கீரையில் தாராளமாக உள்ளன.

மேலும், வைரஸ் கிருமிகள் நுழையாமல் தடுக்கும் பணியையும் லைசின் (Lysine) அமிலம் செய்கிறது. எனவே, சக்கரவர்த்திக் கீரையைச் சமைத்ததும் அதில் ஓர் எலுமிச்சம் பழத்தைப் பிழிந்து விடவும். இதன் மூலம் கிடைக்கும் வைட்டமின் சி, லைசின் அமினோ அமிலம் கீரையில் அழிந்து போய் விடாமல் உடலுக்கு நேரடியாகக் கிடைக்கும் விதத்தில் உதவும்.

ஆண்மைக் குறைவும், உடல் சோர்வும் அகன்று விந்து உற்பத்தி தரமாகவும், தாராளமாகவும் உருவாக போதிய அளவு இக் கீரையில் பாஸ்பரஸ் உப்பு இருக்கிறது.

குழந்தை பாக்கியம்

எனவே, இக் கீரையை நெய், பருப்புச் சேர்த்துச் சாப்பிடும்போது, பாசிப் பருப்புக் கூட்டும் சாதத்துடன் சேர்த்துக்கொள்ளவும். கீரையைப் பொரியலாகச் செய்தால் தேங்காய் துருவலையும் சேர்க்கவும். கேழ்வரகுக் கூழுடன் சக்கரவர்த்திக் கீரைப் பொரியலையும் ஒரு வேளை சாப்பிட்டு வரவும்.

காரணம், மேற்கண்ட உணவுகளில் தாராளமாக உள்ள மாங்கனீஸ் உப்பு கணவன் மனைவிக்கும் மலட்டுத் தன்மையைப் போக்கி விடுகிறது. கீரையில் உள்ள பாஸ்பரஸ் உப்பு விந்து உற்பத்தி தாராளமாக இருக்குமாறு பார்த்துக்கொள்கிறது. இதனால் குழந்தை பிறக்கும் வாய்ப்பு அதிகரிக்கிறது.

கால்சியம், இரும்பு, வைட்டமின் சி, பி குரூப் வைட்டமின்களும் இக் கீரையில் தாராளமாக உள்ளன. இதனால் ரத்த விருத்தியும் நரம்பு மண்டல உறுதியும் உறுதியாகக் கிடைக்கும்.

எல்லாவற்றையும் விட 100 கிராம் கீரையில் பீட்டா கரோட்டீன் 1730 மைக்ரோ கிராம் அளவு கிடைக்கும். கிடைக்கும் சக்தி 30 கிலோ கலோரிகள்.

மலச் சிக்கல் இன்மை

கரோட்டீன் வைட்டமின் ஏயாக மாறி உடலுக்குச் சக்தி தருவதால் மாலைக் கண் நோய் தடுக்கப்படும். இதனால் வயதானவர்களும்,

வளரும் குழந்தைகளும் பார்வைத் திறன் தெளிவாக இருக்க, இந்தக் கீரையை உணவில் நன்கு சேர்க்கவும். தாராளமாக உள்ள நார்ச்சத்தால் மலக் கட்டும் ஏற்படாது.

வைட்டமின் ஏ, தொற்று நோயையும் தடுத்து தோலுக்குப் பளபளப்பான தோற்றத்தையும் தருவதால் வயது தாக்கமின்றி இளமையாகவே காட்சி அளிக்கலாம்.

நீர்ச் சத்தும் தாராளமாக இருப்பதால் சிறுநீர் நன்கு பிரியும். பி குரூப் வைட்டமின்கள் நன்கு பசித்துச் சாப்பிட உதவி செய்யும்.

குடல் சுத்தமாகும்

இக் கீரையின் விதை கறுப்பாகவும், சிறிதாகவும் உள்ளது. இதிலிருந்து எடுக்கப்படும் விதை எண்ணெய் குடலிலுள்ள புழுக்களை வெளியேற்றும் (நாம் சாப்பிடும் கீரையும் புழுக்களை வெளியேற்றும்).

இந்தக் கீரைச் செடியின் தண்டும், காம்பும் கீரையின் பின்புறமும் சிவப்பாக இருக்கும். நன்கு உயரமாக வளரக்கூடியது சக்கரவர்த்திக் கீரைச் செடி. நமது வீட்டிலேயேகூட வளர்த்து தினமும் இக்கீரையை உணவில் சேர்த்துக்கொள்ளலாம்.

சிறுகீரை

கல்லீரலுக்கு நன்மை தரும் சிறப்புக் கீரை

வீட்டுத் தோட்டங்களில் விரும்பி வளர்க்கப்படும் கீரை, சிறுகீரை ஆகும். இது மிக இலகுவாக வளர்க்கக்கூடியதும், வளரக் கூடியது மாகும்.

நீரிழிவு தீர்க்கும் கீரை

தினை அரிசி சாதத்துடன், பட்டாணி அல்லது கொண்டைக் கடலை சுண்டலுடன் இந்தக் கீரைப் பொரியலையும் மதிய உணவாகச் சாப்பிட்டு வந்தால் நீரிழிவு நோய் முற்றிலும் குணமாகும். அதிக ரத்த அழுத்தமும் குணமாகும்.

இரவு உணவில் சிறுகீரைப் பொரியலைச் சேர்த்துக்கொண்டால், கைக் குத்தல் அரிசி சாதம், உருளைக் கிழங்கு அவியல், பசலைக் கீரை கூட்டு என மூன்றும் இடம் பெற வேண்டும்.

நீரிழவைக் குணமாக்க சிறுகீரையைச் சேர்த்துக் கொண்டால் மேற்கண்ட ஆறு உணவுகளையும் கூடுதலாகச் சேர்த்து வந்தால் குரோமிய உப்பும், பெரிடாக்சின் என்ற வைட்டமினும் தாராளமாகக் கிடைத்து 100 சதவிகிதம் நீரிழிவு நோய் கட்டுப்படும்.

கல்லீரல் கோளாறு மற்றும் மஞ்சள் காமாலை போன்ற பிரச்னைகள் தீர ஓட்ஸ் கஞ்சி அல்லது பார்லி தண்ணீர் ஆகியவற்றுடன் சிறுகீரைப்

பொரியலையும் சேர்த்து உண்ணவும். இதன் மூலம் செலினியம், கோலைன், இன்னோசிட்டல் போன்றவை நன்கு கிடைத்து கல்லீரல் பலம் பெறும்.

கீரையில் தாராளமாக உள்ள மெதியோனன் அமிலம் கல்லீரலைப் பலமாக்கி நன்கு காப்பாற்றுகிறது. இதனால் சிறுகீரையை மதிய உணவில் சேர்த்துக்கொண்டால் ஒரு டம்ளர் திராட்சைப் பழச்சாறும் அருந்தி விடவும். இதனால் மெதியோனன் அமிலம் தாராளமாகக் கிடைக்கும்.

தினமும் வடை, பஜ்ஜி என்று சாப்பிடுகிறவர்களும், மது அருந்துபவர் களும், சுகாதாரம் இல்லாத உணவு விடுதிகளில் சாப்பிடுகிறவர்களும் இக் கீரையைச் சாறாகவே, சமைத்தோ சாப்பிட்டு வரவும்.

கூடவே ஒரு டம்ளர் திராட்சைச் சாறும் அருந்தி வரவும். இதனால் கல்லீரல் கெட்டுப் போகாமல் பாதுகாக்கப்படும். கடுமையான மஞ்சள் காமாலை நோயும் தடுக்கப்படும். இதனால் மொடாக் குடிகாரர்களும் தங்கள் வாழ்நாளை நீடித்துக் கொள்ளலாம்.

சிறுகீரையின் தாவரப் பெயர் 'அமராந்தஸ் பாலி கொனாய்டெஸ்' (Amaranthus Polygonoides)'என்பதாகும்.

100 கிராம் சிறுகீரையில்...

புரதம்	-	3 கிராம்
கொழுப்பு	-	0.3 கிராம்
நார்ப் பொருள்	-	0.5 கிராம்
மாவுப் பொருள்கள்	-	5 கிராம்
இரும்பு	-	27 மில்லி கிராம்
கால்சியம்	-	250 மில்லி கிராம்
பாஸ்பரஸ்	-	55 மில்லி கிராம்
சக்தி	-	33 கிலோ கலோரி

இரும்புச் சத்து தாராளமாக இருப்பதால் ரத்தம் சுத்தமாகி நச்சுகள் வெளி யேறும். புண்கள் வேகமாகக் குணமாகும். ரத்த சோகை தடுக்கப்படும்.

கால்சியம் உப்பு தாராளமாக இருப்பதால் நரம்புகளை அமைதிப்படுத்தி நன்கு தூங்க வைக்கும். இதயம் சீராகத் துடிக்கவும் கால்சியம் உதவும். சிறுநீரகக் கோளாறுகளும் குணமாகும்.

எனவே, சிறுகீரைக்கும் உங்கள் உணவில் தொடர்ந்து இடம் கொடுங்கள்.

சுக்காங் கீரை

இதயத்திற்கு இதம் தரும் அதிமுக்கியக் கீரை

வட்ட வடிவான இலை உள்ள இந்தக் கீரையின் ஆங்கிலப் பெயர் ஸோரல் (Sorel) என்பதாகும்.

எல்லா இடங்களிலும் சுக்காங் கீரை விளைகிறது. இதையும் பருப்பு, நெய் சேர்த்துக் கடைந்து உண்ண வேண்டும். சுக்கு கீரை என்றும் இதைக் குறிப்பிடுகின்றன.

விஷம் நீங்கும்

அதிகமாக மருந்து மாத்திரை சாப்பிடுகிறவர்கள் மருந்தின் விஷம், மன அழுத்தம், நோய்கள், உடல் சோர்வு ஆகிய நான்கையும் உறுதியாக விலக்கிக் கொள்ள சுக்காங் கீரைக்கு 'ஜெ' சொல்வது மிக அவசியம். ஆமாம்! இந்த அளவிற்கு இரும்புச் சத்து இந்தக் கீரையில் பொங்கி வழிகிறது. 100 கிராம் கீரையில் 39 மில்லி கிராம் அளவு இரும்புச் சத்து உள்ளது. இதனால் ரத்தம் சுத்தமாவதால் ஈரலும், இருதயமும் நன்கு சுத்தமாகி பலம் பெறுகிறது.

மூட்டு வலி, மாத விலக்கு தொடர்பான பிரச்னைகள், கால் வலி, திடீரென்று அதிகம் வியர்ப்பது, எரிச்சல், காலை 5 மணிக்கே தூக்கம் வருதல் போன்றவையும் இந்தச் சுக்காங் கீரையால் உறுதியாகக் குணமாகின்றன.

இந்தப் பணிகளை கீரையில் மூன்று மடங்கு அதிகமாக உள்ள கால்சியம் உப்பு செய்கிறது.

'கவலைப்படாதே சகோதரா! கவலைப்படாதே சகோதரி' என்று நரம்பு மண்டலத்தையும் அதன் மூலம் மனத்தையும் அமைதிப்படுத்தி விடுகிறது இந்த உப்பு. 100 கிராம் கீரையில் 360 மில்லி கிராம் அளவு கால்சியம் உள்ளது. தயிர், பால் சேர்க்காதவர்களுக்கு இக் கீரை நல்ல மாற்று உணவும் கூட! சிறந்த தூக்க மருந்து இந்தக் கீரை.

மஞ்சள் காமாலை தாக்காது

சுக்காங் கீரை கல்லீரலைப் பாதுகாக்கிறது. எனவே, மதுப் பிரியர்கள் சுக்காங் கீரையைத் தேடிப் பிடித்துச் சாப்பிடுவது நல்லது. இதனால் மஞ்சள் காமாலை தாக்காது.

100 கிராம் கீரையில் கிடைக்கும் ஆற்றல் 45 கிலோ கலோரிகள். புரதம் 3 கிராம், கொழுப்பு 0.4 கிராம், மாவுப் பொருள்கள் 7 கிராம், பாஸ்பரஸ் உப்பு 52 மில்லி கிராம், பி குரூப் வைட்டமின்கள், தேக்கரண்டி சி என்று மற்ற வைட்டமின்களும் தாது உப்புகளும் உள்ளன.

ஆண்டு முழுவதும் பயிர் செய்யப்படும் கீரை சுக்காங் கீரை. சாம்பல் பூத்த பச்சை நிறத்தில் இலைகள் இருக்கும். நீர்ச் சத்து நிரம்பியது. புளிப்புச் சத்து கொண்ட கீரை இது. கொத்தமல்லி போல நறுமணம் கொண்டது. பிரியாணி வகைகளில் இந்தக் கீரையைத் தூவி விட்டால் நன்கு மணமாக இருக்கும்.

வயிற்று உப்புசம், பித்தவாந்தி

சுக்காங் கீரை சாற்றை 25 மில்லி அளவில் அருந்தி வந்தால் வயிற்று உப்புசமும், பித்த வாந்தியும் குணமாகும்.

சாதாரணமாகச் சமைத்துச் சாப்பிட்டால் இருமல், ஆஸ்துமா, ரத்த பேதி, மூச்சுத் திணறல் போன்றவை குணமாகும். சிறுநீர் நன்கு பிரியும்.

உடலுக்குக் குளிர்ச்சியைத் தரும் கீரை இது. தோல் நோய் குணமாகும். கீரைப் பொரியல் காச நோயையும், வயிற்று வலியையும் குணமாக்கும். இலையைக் கொண்டு பல் துலக்கினால் பல் வலி குணமாகும்.

கால்சியமும் இரும்பும் நன்கு கிடைக்க நாம் அடிக்கடி இந்தக் கீரையை உணவில் சேர்க்க வேண்டும்.

செலரிக் கீரை

எலும்பு வளர்ச்சிக்கு உதவும் அட்டகாசக் கீரை

இந்தியர்களைத் தவிர மற்ற நாட்டு மக்களால் அதிக அளவு பச்சை யாகச் சாப்பிடப்படும் கீரைகளுள் முதல் இடத்தில் இருப்பது செலரிக் கீரையே!

சாலட் கீரை வகையைச் சேர்ந்த இந்தக் கீரையை நாமும் சமைக்கா மலேயே சாப்பிடலாம்.

செலரியின் (Celery) மருத்துவக் குணங்கள்

- ரத்தக் கொதிப்பு குணமாகும்; தடுக்கப்படும்.
- மூட்டு வலி, காய்ச்சல் குணமாகும்.
- கொழுத்த சரீரம் குறையும்.
- ஆஸ்துமா, தொண்டை அழற்சி, புற்று நோய் குணமாகிறது.
- வயிற்றுப் புண், வலிப்பு நோய் குணமாகும்.
- உடல் உறுதி பெறும்.
- சிறுநீரகக் கற்கள் கரையும்.
- கணவனுக்கும் மனைவிக்கும் தாம்பத்தியத்தில் ஆர்வம் அதிகரிக்கும்.
- மாரடைப்பு தடுக்கப்படுகிறது. கொலஸ்ட்ரால் கரைக்கப்படு கிறது.

- அடிக்கடி பசி என்ற உணர்வு கட்டுப்படுத்தப்படும். அதே நேரத்தில் பசிக்காதவர்களுக்கு செலரி பசியைத் தூண்டும்.
- வாழ்நாளை அதிகரித்துத் தருகிறது.

செலரியின் தாயகம்

சீனாவில் தான் முதலில் தோன்றியது செலரிக் கீரை. கி.மு. ஐந்தாம் நூற்றாண்டிலிருந்தே இவர்கள் செலரியைத் தங்கள் உணவில் சேர்த்து வருகின்றனர். ஐரோப்பாவிலும் இதே கால கட்டத்தில் செலரியைப் பயிர் செய்ததாக குறிப்புகள் உள்ளன. கி.பி. 1700ம் ஆண்டிலிருந்துதான் இதன் மருத்துவக் குணங்களுக்காக தோட்டங்களில் வளர்ப்பது அறிமுகப்படுத்தப்பட்டது.

இன்று உலகிலேயே அதிக ஆண்டுகள் உடல்நலத்துடனேயே வாழும் மக்கள் உள்ள மத்தியத் தரைக் கடல் பகுதியில் செலரிதான் முக்கியமான உணவாகும். நீண்ட நாள் வாழும் ஜப்பானியர்களும் செலரிக்கு முக்கியத்துவம் கொடுக்கின்றனர்.

100 கிராம் செலரியில் உள்ள சத்துகள்

செலரியின் இலை, இலைக் காம்பு, தண்டு முதலியன சாப்பிடப் பயன் படுகின்றன. தண்டில் மாவுப் பொருள்கள் மட்டுமே தாராளமாக இருக் கிறது. மற்ற சத்துகள் இலையில் உள்ளதைவிடக் குறைவாகவே உள்ளன. 100 கிராம் கீரை 37 கிலோ கலோரியையும், தண்டு 18 கிலோ கலோரி ஆற்றலையும் தருகின்றன. தண்டில் கரோட்டீனும், பாஸ்பரஸ் சத்தும் ஓரளவு இருப்பதால் தண்டையும் சேர்த்துச் சாப்பிடலாம்.

செலரிக் கீரையில் உள்ள சத்துகள்

புரதம்	-	6 கிராம்
மாவுச் சத்து	-	2 கிராம்
கொழுப்பு	-	0.6 கிராம்
நார்ப் பொருள்	-	1.4 கிராம்
கால்சியம்	-	240 மில்லி கிராம்
இரும்பு	-	6.3 கிராம்
பொட்டாசியம்	-	200 மி.கி.
சோடியம்	-	36 மி.கி.
பாஸ்பரஸ்	-	140 மி.கி.
மக்னீசியம்	-	50 மி.கி.

கந்தகம்	-	102மி.கி.
குளோரின்	-	20 மி.கி.
செம்பு	-	0.3 மி.கி.
கரோட்டீன்	-	4000 மைக்ரோ கிராம்
வைட்டமின் சி	-	60 மி.கி.

தயாமின், ரிபோ ஃபிளவின், நியாசின் போன்றவை சிறிதளவு உள்ளன. அதே நேரத்தில் ஆக்ஸாலிக் அமிலமும் சிறிதளவு உள்ளது. இது சிறுநீரில் கற்களை உண்டாக்கும். செலரிக் கீரையில் போதிய அளவு கால்சியம் இருப்பதால் ஆக்ஸாலிக் அமிலம் கற்களாக உருவாகாமல் தடுத்து விடும். எனவே, பயமின்றி செலரியைப் பச்சையாகவும் சமைத்தும் போதிய அளவில் சாப்பிடலாம்.

மேலும் லியூசின் அமினோ அமிலம் தாராளமாக இருப்பதால் உடல் மிகவும் சக்தியுடன் திகழும். செலரியைச் சமைத்துச் சாப்பிடும்போது பருப்பும் சேர்ப்பதால் பருப்பின் மூலமும் லியூசின் நன்கு கிடைக்கும். இதனால் பிற புரத உணவுகளும் விரைந்து வளர்சிதை மாற்றமடைந்து சக்தியைக் கொடுக்க லியூசின் உதவுகிறது.

ஆண்மைக் குறைவா?

ஆண்மைக் குறைவைக் குணமாக்கும் பூண்டு, ஜின்செங் போன்றவற்றைப் போல செலரிக் கீரையில் தாராளமாக உள்ள ஆர்ஜினைன், ஆக்ஸாலிக் அமிலம் வழங்குகிறது. எனவேதான் ஆண்கள் செலரி சாலட் கீரையைச் சாப்பிடுவதில் ஆர்வமாக இருக்க வேண்டும்.

பெண்கள் செலரியை நன்கு சாப்பிட்டு வந்தால் ஆர்ஜினைன் உடல் பருமனைக் குறைத்து நோய் எதிர்ப்புச் சக்தியை அதிகரித்துத் தரும்.

எப்படிச் சாப்பிடுவது?

கீரைத் தண்டு போல இலை, இலைக் காம்பு, இலைத் தண்டு முதலியவற்றைச் சமைத்துச் சாப்பிடலாம்.

புரதம் தாராளமாக இருப்பதால் வயதானவர்கள் செலரியைத் தவற விடக் கூடாது. குழந்தைகளின் உடல் வளர்ச்சிக்கும் இந்தப் புரதம் உதவுகிறது.செலரியின் கீரைகளையும், தண்டுகளையும் சூப்பாகத் தயாரித்தும் அருந்தலாம். இல்லையெனில் சாலட் அல்லது சாறாக தயாரித்தும் சாப்பிடலாம்.

செலரியை எப்படிச் சாப்பிட்டாலும் சரி, அதில் ஓர் எலுமிச்சம் பழத்தைப் பிழிந்து விட்டே சாப்பிடவும். காரணம், எலுமிச்சையில்

உள்ள வைட்டமின் சி, இரும்புச் சத்தை உடல் நன்கு உறிஞ்சிக் கொள்ள உதவுகிறது.

மேலும், கீரையில் உள்ள பொட்டாசியம் உப்பும், எலுமிச்சையில் உள்ள சிட்ரிக் அமிலமும் ரத்தத்தில் காரச் சத்தை அதிகரிப்பதால் நோய்கள் அனைத்தும் குணமாக உடலுக்குள் வழிகள் பிறக்கின்றன. முக்கியமாகக் காய்ச்சல் குணமாகிறது.

ஊளைத் தசை குறையும்

கீரையில் உள்ள கால்சியம் உப்பும், ஆர்ஜினைன் அமிலமும் கொழுப்பைக் கரைத்து தசையையும் இறுகச் செய்து ஊளைத் தசையைக் குறைத்துவிடும். செலரியை சூப்பாகவோ அல்லது சிறிதளவு நீர், பருப்பு சேர்த்து வதக்கி கீரை அவியலாகவோ சாப்பிட்டாலும் ஊளைத் தசை மட்டுமல்ல; மூட்டு வலி, ஆஸ்துமா, அஜீரணம், ஜீரணமின்மை, இதய நோய்கள், சிறுநீரகக் கற்கள், தூக்கமின்மை, நரம்புக் கோளாறுகள், ரத்தக் கொதிப்பு போன்றவையும் குணமாகின்றன.

நரம்புத் தளர்ச்சிக்கு

வலிப்பு நோய், சிறுநீரகத்தில் கற்கள், வயிற்றில் புண், தலைவலி போன்ற பிரச்னைகளுக்கு செலரி சூப்பும், செலரிக் கீரைச் சாறும் கை கண்ட மருந்தாகும். செலரியின் இலை, தண்டு முதலியவற்றைச் சாறாக்கி அருந்தவும் (25 மில்லி அளவு போதும்). இத்துடன் முட்டைக் கோஸ், கேரட் என இரண்டையும் தேங்காய்த் துருவல் சேர்த்துப் பொரியலாகவும் கூடவே செலரி சூப்பையும் மதிய உணவில் சேர்த்துக் கொள்ளவும்.

நெஞ்சு வலிக்கு தடுப்புக் கீரை

தினமும் இரண்டு முதல் நான்கு செலரித் தண்டுகள் வீதம் பச்சையாகச் சாப்பிட்டு வந்தால் பொட்டாசியமும், மக்னீசியமும் ரத்தத்தில் அதிகரித்து நெஞ்சு வலி, இதய நோய், மாரடைப்பு, ரத்தக் கொதிப்பு முதலியவை முன் கூட்டியே தடுக்கப்படும்.

உடல் உறுதிக்கு

தக்காளி, முள்ளங்கி, கேரட், வெள்ளரிக்காய், பசலைக் கீரை முதலியவற்றைச் சிறிய துண்டுகளாக்கி அதில் செலரியின் இலைகளையும் தண்டுகளையும் வெட்டிப் போட்டு ஓர் எலுமிச்சம் பழத்தைப் பிழியவும். இதுவே சத்தான காய்கறி சாலட்.

நீர்ச் சத்து நிரம்பிய இந்தச் சாலட் எடையை அதிகரிக்காமல் உடலுக்கு நன்கு சக்தியைத் தரும். இந்த சாலட்டை இரவு உணவுக்கு முன்பு சாப்பிட்டால் இரவு உணவே வேண்டாம் என்று சொல்லி விடுவீர்கள்.

இருப்பினும் இரவு உணவாக ஒரு சப்பாத்தி அல்லது இரண்டு இட்லி சாப்பிடவும். இது நல்ல டானிக். தினமும் இரண்டு வேளை இந்தச் சாலட்டைச் சாப்பிடவும். பிறகு விரும்பிய உணவை அளவுடன் சாப்பிட்டால் உடல் உறுதி பெறும்.

தாம்பத்யம் சிறக்க...

கீரையைப் போலவே கீரையின் விதைகளும் ஆர்ஜினைன் அமிலத்தால் நிரம்பி வழிகின்றன. எனவே, கீரை விதைகளைப் பொடியாக மாற்றி ஒரு டப்பாவில் வைத்துக் கொள்ளவும்.

இரவு உணவிற்குப் பிறகு கணவனும் மனைவியும் தலா ஒரு தேக்கரண்டித் தூளை அதே அளவு தேன் கலந்து சாப்பிடவும். இதனால் தாம்பத்தியத்தில் ஆர்வம் அதிகரிக்கும். மதிய உணவிற்குப் பிறகு ஒரு வேளை இதுபோல் சாப்பிடலாம்.

வயிற்று உப்புசம், செரிமானமின்மை, சிறுநீர் சரியாகப் பிரியாமை போன்ற பிரச்னைகள் உள்ளவர்கள் கீரை விதைத் தூளைத் தேனுடன் கலந்து இதே முறையில் சாப்பிட்டு பலன்களைப் பெறலாம்.

செலரி, ஓர் அற்புதமான உணவு மருந்து. இதை அடிக்கடி உணவில் சேர்ப்பது மிகவும் சிறப்பு.

பீட்ரூட் கீரை

மூளையைப் புதுப்பிக்கும் அசகாயக் கீரை

ஜெர்மானியர்களின் முக்கியமான இரு உணவுகள் வாழைப்பழமும் பீட்ரூட்டும்தான். விதவிதமான பீட்ரூட் சாறு தயாரித்துச் சாப்பிடுவது இவர்கள் மட்டுமே!

பீட்ரூட் சாறும் பொரியலும் மூளை வளர்ச்சிக்கும் இதய நோய்கள் குணமாகவும் உதவுகின்றன.

இதே போல பீட்ரூட் கீரையிலும் சத்துகள் நிரம்பி வழிகின்றன. நைட்ரிக் ஆக்ஸைடு பீட்ரூட்டைப் போலவே பீட்ரூட் கீரை மூலமும் உடலுக்குக் கிடைப்பதால் அதன் மூலம் ரத்தக் குழாய்கள் இறுக்கமின்றி உள்ளன. இதனால் திடீர் மாரடைப்பு, பக்கவாதம் போன்றவை இல்லாமல் மூளை நலத்துடன் வாழலாம். அல்ஜீமாஸ் என்ற ஞாபக மறதி நோய் தாக்காது.

100 கிராம் கீரையில்

கிழங்கை விட கீரையில் புரதமும், இரும்பும், கால்சியச் சத்தும் தாராளமாக உள்ளன. இதனால் உடல் வளர்ச்சிக்கும் ரத்த சோகை குணமாகவும், எலும்பு மண்டலம் உறுதி பெறவும் பீட்ரூட் கிழங்குடன் பீட்ரூட் கீரைக்கும் முக்கியத்துவம் கொடுங்கள்.

சத்துகள்

புரதம்	-	3.4 கிராம்
நார்ப் பொருள்கள்	-	0.7 கிராம்
மாவுப் பொருள்கள்	-	6.6 கிராம்
கொழுப்பு	-	0.8 கிராம்
கால்சியம்	-	300 மில்லி கிராம்
இரும்பு	-	16 மில்லி கிராம்
பாஸ்பரஸ்	-	30 மில்லி கிராம்
வைட்டமின் சி	-	70 மில்லி கிராம்

இத்துடன் அயோடின், மாங்கனீஸ், சிலிகான், துத்தநாகம், வைட்டமின் ஏ, நியாசின், ரிபோ ஃபிளவின் போன்ற சத்துகளும் பீட்ரூட் கீரையில் உள்ளன.

கிழங்கை விட, கீரை வேகமாக வளர்சிதை மாற்றமடையும். காரணம் இதில் 70 மில்லி கிராம் அளவு வைட்டமின் சி உள்ளது. (கிழங்கில் 10 மில்லி கிராம் அளவு வைட்டமின் சி உள்ளது.)

மாரடைப்பு தடுக்கப்படும்

பீட்ரூட் கீரையில் ரத்தக் குழாய்களில் அடைப்பை ஏற்படுத்தும் ஹோமோசிஸ்டைன் என்ற பொருளைக் கரைக்க பெட்டைன் (Betaine) என்ற சத்து உள்ளது. கீரையில் உள்ள ஃபோலிக் அமிலம் ஹோமாசிஸ் டைனின் அளவைக் குறைத்து மாரடைப்பைத் தவிர்த்து விடுகிறது. ஆக ஆயுள் நீடிக்கும். பக்கவாதமும் தடுக்கப்படுகிறது.

இதயம் நன்கு இயங்க

ரத்தத்தில் பிருவிக் அமிலம் இருந்தால் இதயம் சிறப்பாக இயங்காது. ரத்தத்தில் Pyruvic acid அளவு குறைந்ததும் இதயம் சீராக இயங்கும். கீரையில் தாராளமாக உள்ள தயாமின் என்ற பி குரூப் வைட்டமின்தான் பிருவிக் அமிலத்தினைக் கரைக்கிறது; குறைக்கிறது.

இளமைத் தோற்றம் உண்டு

உடல் உறுப்புகளையும், தோலையும் இளமைத் துடிப்பு குன்றாது புதுப் பிக்கும் திறன் கொண்டது ரிபோ ஃபிளவின். இக்கீரையில் இந்த பி குரூப் வைட்டமின்கள் தாராளமாக இருக்கிறது. கீரை மூலம் கிடைக்கும் வைட்டமின் சியும் தோலை பளபளப்பாக இளமைத் தோற்றத்துடன் மாற்றுகிறது.

இரும்புச் சத்தால் ரத்தம் சுத்தமாகிக்கொண்டே இருப்பதால் உடலும் சிவப்பு நிறத்திற்கு உறுதியாக மாறும்.

கால்சியத்துடன் மாங்கனீஸ் உப்பும் கீரை மூலம் கிடைப்பதால் எலும்பு மெலிவு நோய் எட்டிப் பார்க்காது. முதுகு வலி, கால் வலி இன்றி நலமாக வாழலாம்.

எப்படிச் சாப்பிடுவது?

பீட்ரூட் கீரையைப் பொரியலாகவும், சாறு என்றால் 25 மில்லி என்ற அளவிலும் பயன்படுத்தினால் போதும்.

கிழங்கைப் போல சூப்பாகவும் கீரையைத் தயாரித்து அருந்தலாம். பீட்ரூட்டின் பசுமையான கீரையை பச்சையாகவும் சாப்பிடலாம். குறைந்த அளவு தண்ணீர் சேர்த்து பச்சடி, பொரியல் என்று சமைத்துச் சாப்பிடலாம். நார்ச் சத்து, கொழுப்பை நன்கு உறிஞ்சி வெளியேற்றி விடும்.

குணமாகும் நோய்கள்

100 கிராம் கீரையில் 43 கிலோ கலோரி ஆற்றல் நமக்குக் கிடைக்கிறது.

துவரம் பருப்பு அல்லது பாசிப் பருப்பு சேர்த்துக் கூட்டாகத் தயாரித்து உண்ணலாம். இதனால் சிறுநீர் நன்கு வெளியேறும். மலச் சிக்கல் குணமாகும். கீரையில் தாராளமாக உள்ள வைட்டமின் ஈயால் பார்வைத் திறனும் அதிகரிக்கும். கண் சம்பந்தப்பட்ட அனைத்துப் பிரச்னைகளும் குணமாகின்றன. கல்லீரலும் பலம் பெறுகிறது. உடல் சூடும் குறைகிறது.

குடல் சுத்தமாகும்

குடலில் தங்கியுள்ள அனைத்து அசுத்தங்களையும் பெட்டைன் என்ற சத்தே வெளியேற்றி விடுகிறது. இதற்காகவே பீட்ரூட் கீரையையும் வாரத்தில் நான்கு வேளையாவது சாப்பிட்டு வர வேண்டும்.

2000 ஆண்டுகளுக்கு முன்பு கிரேக்கர்கள் தான் பீட்ரூட்டையும், அதன் இலைகளையும் உணவாகச் சாப்பிட்ட முதல் மனிதர்கள். ரத்த விருத்திக் காகவே ரோமானியர்களும் பீட்ரூட்டைச் சாப்பிட்டனர்.

ஏகப்பட்ட சொத்துகள், பேரன் பேத்திகள் என்று வாழும் மனிதர்கள் மரண பயமின்றி வாழ தினமும் தலா ஒரு கிண்ணம் பீட்ரூட் பொரியல், பீட்ரூட் கீரைப் பொரியல், பீட்ரூட் கீரை சூப் என்று சாப்பிட்டு வரவும்.

இதன் மூலம் நைட்ரேட் உப்பு நன்கு கிடைத்து, ரத்தக் குழாய்கள் இறுக்கமின்றி இருப்பதால் மாரடைப்பு அபாயம் இன்றி நீண்ட நாள்கள் நலமுடன் வாழலாம். 100 வயதைத் தாண்டியும் வாழலாம்.

கேரட் கீரை

மேனியைப் பளபளப்பாக்கும் மேஜிக் கீரை

கேரட்டைப் போலவே கேரட் கீரையும் மருத்துவக் குணம் நிரம்பி யவையே! முடக்கு வாதம், ரத்த சோகை, உடல் வறட்சி போன்ற பிரச்னைகளை கேரட் கீரை விரைந்து குணமாக்குகிறது.

கேரட் கீரையைப் பொரியல் செய்தும், கூட்டு செய்தும் உண்ணலாம். இதனால்...

1. பார்வைத் திறன் கூர்மையாகும்.

2. பாஸ்பரஸ் உப்பால் மூளை சிறப்பாகச் செயல்படும்.

3. வைட்டமின் சி ஆன்ட்டி ஆக்ஸிடென்ட்டாகச் செயல்படுகிறது.

4. சுண்ணாம்புச் சத்தால் உயர் ரத்த அழுத்தம் தடுக்கப்படும்.

5. லியூசின் அமினோ அமிலத்தால் புரதச் சத்து சரியான அளவில் கிரகிக்கும்படி கண்காணிக் கப்படும். கேரட் கீரையில் புரதமும் லியூசின் அமிலமும் மிகவும் தாராளமாக உள்ளன.

6. நரம்பு மண்டலம் பாதிப்படையாமல் இருக்க கால்சியம் போலவே உதவுவது வேலன் (Valine). இத்துடன் ஜீரண மண்டல மும் சரியாக வேலை

செய்ய உதவுகிறது வேலைன் அமினோ அமிலம். இந்த அமினோ அமிலமும் இந்தக் கீரையில் தாராளமாக இருக்கிறது.

7. மூன்றாவதாக உடல் சிக்கென்று அழகாகவும் பளபளப்பாக வும் மாற ஆர்ஜினைன் இருக்கிறது. ஆர்ஜினைன் உடல் பருமனா காமல் பாதுகாக்கிறது.

8. குழந்தை பெற்ற இளம் பெண்கள் திடீரென்று பருமனாவதைத் தடுக்க, தினசரி இரண்டு பெரிய கேரட்டுகளை அரைத்து ஒரு டம்ளர் மோரில் கலந்து அருந்த வேண்டும். பிறகு மதிய உணவில் கேரட் கீரைப் பொரியலைச் சேர்த்து உண்ண வேண்டும். இதனால் உடல் எடை அதிகரிப்பது தடுக்கப்படும். மூன்று மாதங்களாவது இந்த முறையைப் பின்பற்ற வேண்டும்.

9. குழந்தை பிறந்த பிறகு கர்ப்பப் பையை சுருங்க வைக்க இக் கீரையைக் கஷாயமாக மருத்துவரின் அனுமதி பெற்று அருந்த வேண்டும்.

10. ஆண்களைப் போலவே பெண்களுக்கும் இந்தக் கீரை தாம்பத்ய வாழ்வில் ஆர்வத்தை ஏற்படுத்தும்.

100 கிராம் கீரையில்

புரதம்	-	5.1 கிராம்
கொழுப்பு	-	0.5 கிராம்
நார்ப் பொருள்கள்	-	2 கிராம்
மாவுப் பொருள்கள்	-	13 கிராம்
கால்சியம்	-	340 மில்லி கிராம்
பாஸ்பரஸ்	-	110 மில்லி கிராம்
இரும்பு	-	9 மில்லி கிராம்
கரோட்டீன்	-	5700 மைக்ரோ கிராம்
வைட்டமின் சி	-	79 மில்லி கிராம்
பொட்டாசியம்	-	108 மில்லி கிராம்
சோடியம்	-	36 மில்லி கிராம்
கந்தகம்	-	27 மில்லி கிராம்

பி குரூப் வைட்டமின்கள் சிறிதளவு உள்ளன. மூளையின் சக்திக்கு உதவு வதுடன் கொழுப்பை உடைக்க உதவும் லெசித்தின் என்ற பொருளை

உருவாக்க கோலைன் என்ற பி குரூப் வைட்டமினும் கீரையில் தாராளமாக இருக்கிறது.

உடல் எரிச்சல் நீங்கும்; தோல் நோய்கள் குணமாகும்

கேரட் கிழங்கில் இருப்பதை விட அதன் கீரையில் மூன்று மடங்கு அதிக மாக கரோட்டீன் இருக்கிறது. இதுவே வைட்டமின் ஏயாக உடலில் மாறுகிறது.

இதனால் கை, கால், கண் போன்ற எரிச்சலுக்கு கேரட் கீரைச் சாறு மிகச் சிறந்த மருந்து. 50 கிராம் கீரையைச் சாறாக்கி, வடிகட்டி அதில் ஓர் எலுமிச்சம் பழத்தைப் பிழிந்து ஒரு சிட்டிகை உப்பும் சேர்த்து அருந்தவும்.

இத்துடன் கேரட் கீரை பச்சடியும் சேர்த்துக் கொள்ளவும். இதனால் வைட்டமின் ஏயால் எரிச்சல் அடங்கி தோல் சம்பந்தமான நோய்கள் அனைத்தும் குணமாகி விடும். சோரியாஸ், சொறி, சிரங்கு, தோலில் தடிப்பு, வறட்சி முதலியன நீண்ட நாள்கள் இருந்தால் ஒரு மாதமாவது கேரட் கிழங்கையும் கீரையையும் சாறாகவும், சமைத்தும் தொடர்ச்சி யாகச் சாப்பிட்டு வந்தால் அனைத்து விதமான தோல் நோய்களும் குணமாகும்.

முதுமைத் தோற்றமா?

மேலும் கீரை, உயிரணுக்கள் கெட்டுப் போவதைத் தடுத்து, உடல் முதுமையடைவதையும் முற்றிலும் தடுத்து விடுகிறது. எனவே, ஆரோக்கியமும் இளமைத் துடிப்பும் நீடிக்க கேரட்டும் கீரையும் எளிமை யான உணவு மருந்து என்பதை உணர்வோமாக!

எரிச்சலா? கவலை வேண்டாம்!

ஒரு கிண்ணம் கீரைச் சாற்றில் சிறிதளவு மஞ்சள் தூளைக் கலந்து அதை உடலில் தேய்த்துக் குளித்து வந்தால் தோல் வறட்சியும், எரிச்சலும் குணமாகும். உள்ளுக்குள் சாப்பிடப்பட்டும் கீரையும் இதே நன்மை களை வழங்கும்.

தண்டுக் கீரை

தோல் நோய்களைக் குணமாக்கும் அரிய கீரை

தண்டுக் கீரையின் ஆங்கிலப் பெயர் அமராந்த் (Amaranth) என்பதாகும்.

பாத்திகளில் விதைக்கப்படுகிறது. 15 முதல் 21 நாள்களுக்குள் கீரையைப் பிடுங்கி சமைத்துச் சாப்பிடலாம். தண்டையும், கீரையையும் 21 நாள்களில் பிடுங்கிச் சமைப்பதால் இதை முளைக் கீரை என்றும் அழைக் கிறோம்.

தண்டுக் கீரையைப் பூங்கொத்து ஏற்படுவதற்கு முன்பே பறித்துச் சாப்பிட வேண்டும். அதனால்தான் முளைக் கீரை தங்கு தடையின்றித் தினமும் கிடைக்கிறது.

இளம் தண்டுக் கீரையை (அமராந்த்) முளைக் கீரை என்று அழைக்கி றோம். இளம் சிவப்பு நிறக் காம்புடைய சிறு சிறு இலைகளைக் கொண்ட கீரையாக இது இருக்கும்.

பச்சை மற்றும் சிவப்பு நிறங்களில் ஊட்டம் அளிக்கும் இந்த முளைக் கீரை கிடைக்கிறது. இரண்டு வகையான உடல் நலனுக்குப் புத்துணர்வு ஊட்டுகின்றன.

முற்றிய தண்டுக் கீரை சற்றுப் பெரிய இலைகளுடன் பருத்த தண்டுடனும் காட்சியளிக்கும். முற்றிய தண்டுக் கீரையை காமன் ஸ்பினாச் (Common Spinach) என்றும் அழைக்கின்றனர்.

முற்றிய தண்டுக் கீரையில் நார்ச் சத்து மிகுதியாக இருக்கிறது.

எனவே, தண்டைப் பொரித்தும், குழம்பு வைத்தும் உண்ணலாம். இலைகளையும் பொரியல் செய்தும் கடைந்தும் உண்ணலாம்.

முளைக் கீரையில் சிறுநீரகத்தில் கற்களை உண்டாக்கும் ஆக்ஸாலிக் அமிலம் தாராளமாக இருக்கிறது. அதே நேரத்தில் கற்கள் உருவாகாமல் தடுக்கும் கால்சியம் உப்பும் தாராளமாக இருக்கிறது. இதனால் முளைக் கீரையைப் பயமின்றிச் சாப்பிடலாம்.

அதே நேரத்தில் கீரைத் தண்டில் ஆக்ஸாலிக் அமிலமே கிடையாது. எனவே, முற்றிய கீரைத் தண்டை சாம்பார் வைத்து நன்கு சேர்த்துக் கொள்ளலாம்.

100 கிராம் கீரைத் தண்டு 19 கிலோ கலோரி சக்தியையும், 100 கிராம் முளைக் கீரை 45 கிலோ கலோரி சக்தியையும் தருகின்றன.

கீரைத் தண்டில் புரதம், கொழுப்பு, மாவுப் பொருள்கள் குறைவாக இருக்கின்றன. ஆனால் கீரையில் இவை தாராளமாக இருக்கின்றன.

100 கிராம் முளைக் கீரையில்

புரதம்	-	*4.0 கிராம்*
கொழுப்பு	-	*0.5 கிராம்*
நார்ப் பொருள்கள்	-	*6.1 கிராம்*
கால்சியம்	-	*400 மில்லி கிராம்*
இரும்பு	-	*26 மில்லி கிராம்*
பாஸ்பரஸ்	-	*83 மில்லி கிராம்*
மக்னீசியம்	-	*250 மில்லி கிராம்*
சோடியம்	-	*230 மில்லி கிராம்*
பொட்டாசியம்	-	*340 மில்லி கிராம்*
செம்பு	-	*0.33 மில்லி கிராம்*
கந்தகம்	-	*60 மில்லி கிராம்*
குளோரின்	-	*90 மில்லி கிராம்*
கரோட்டீன்	-	*5520 மைக்ரோ கிராம்*
வைட்டமின் சி	-	*99 மில்லி கிராம்*
கோலைன்	-	*30 மில்லி கிராம்*

இத்துடன் நியாசின், ரிபோ ஃபிளவின், தயாமின் போன்ற பி குரூப் வைட்டமின்களும் சிறிதளவு உள்ளன.

அமராந்தஸ் கேஞ்சடிக்ஸ் (Amaranthus Gangeticus) என்பது இந்தக் கீரையின் விஞ்ஞானப் பெயராகும்.

கீரையின் மருத்துவக் குணங்கள்

மிகச் சிறந்த முதல் தரமான ஊட்டச் சத்துகள் நிறைந்த முதல் கீரை. முளைக் கீரையும் சரி, கீரைத் தண்டில் உள்ள பெரிய இலைக் கீரையும் சரி, உண்ணத் தூண்டும் அளவிற்கு நறுமணச் சுவையை உடையது.

உடலுக்குக் குளிர்ச்சியைத் தரும். ‘கப கப’ என்று பசி எடுத்துச் சாப்பிட வைக்கும். எளிதாக ஜீரணமாகி, மலச் சிக்கலையும் தவிர்க்கும். பித்தத்தைப் போக்கும். மூலச் சூடு தணியும். குடல் புண்கள் குணமாகும்.

காய்ச்சலையும் பிற நோய்களையும் உண்டாக்கும் விஷப் பொருள்களை யும் வெளியேற்றி ரத்தத்தைச் சுத்தப்படுத்தும். சளி கரையும். இருமல் குணமாகும். ஒவ்வாமையும், தொழு நோயும் குணமாகும்.

காய்ச்சலா? ரத்த சோகையா?

காய்ச்சலைத் தணிப்பதற்காக தண்டுக் கீரை அல்லது முளைக் கீரையை சூப்பாக அருந்தக் கொடுக்கின்றனர். பத்திய உணவில் முக்கிய உணவு மருந்தாக இந்த சூப் திகழ்கிறது.

இந்தக் கீரை வயிற்றில் ஜீரணமானதும் ரத்தத்தில் காரத்தன்மை அதிகரித்து, காய்ச்சலும் பிற நோய்களும் உடனே குணமாகின்றன.

ரத்த சோகையும், தொழு நோயும், தோல் நோய்களும் குணமாக முளைக்கீரை சூப், தண்டுப் பொரியல் என்று சாப்பிட்டு வந்தால் இவற்றில் அடங்கிய ‘வைட்டமின் சி’ மிகவும் நன்மை செய்யும் வகை யில் மேற்கண்ட மூன்று உடல்நலப் பிரச்னைகளையும் உடனே தீர்த்து வைக்கிறது.

சமைத்துச் சாப்பிடுவது நல்லது. அதை விடப் பச்சையாக (Raw) சாப்பிடுவது நல்லது. கீரையைச் சாறாக்கி வடிகட்டி அருந்த வேண்டும்.

நன்கு சுத்தம் செய்த முளைக் கீரையைச் சாறாக்க 50 மில்லி கிராம் கீரையே போதும். இதனால் சிறுநீர் நன்கு பிரியும். யூரிக் அமிலம் வெளியேறி விடும்.

முடி கொட்டுவதைத் தடுக்க முளைக் கீரைச் சாறு மிகவும் நல்லது. முடி கொட்டுவது நிற்பதுடன் புதிய முடியும் முளைக்கும். எனவே

தொடர்ச்சியாக சில வாரங்கள் முளைக் கீரைச் சாறு, தண்டுக் கீரை பொரியல், சாம்பார் என்று சாப்பிட்டு வரவும்.

கீரையில் தாராளமாக உள்ள மக்னீசியம் உப்பும், ஃபோலிக் அமிலமும் மனத்தில் எப்போதும் நல்ல மனப்பான்மை தோன்றும் விதத்தில் மூளையை விழிப்புடன் வைத்திருக்கும். இதனால்தான் கலகலப்பாக இருக்கும் வீடுகளில் முளைக் கீரை அடிக்கடி இடம் பெறுகின்றன. இந்தக் கீரையை விரும்பி உண்ணுகின்றனர்.

வாய்ப் புண் அகலவும், பற்களில் உள்ள எண்ணெய் போன்ற தன்மை அகன்று 'பளிச்' என்று பற்கள் பளிச்சிடவும் இந்தக் கீரையை மென்று தின்னலாம். அல்லது நன்கு மென்று பிறகு துப்பி விடலாம்.

உடல் நாற்றம் அகலும்!

முளைக் கீரையுடன் தண்டுக் கீரையையும் சமைத்துச் சாப்பிட்டு வந்தால் உடல் வறட்சி நீங்கும். வியர்வையால் ஏற்படும் துர்நாற்றமும் அகலும். தோல் மினுமினுப்பாக மாறும். உங்கள் வியர்வை மிகவும் நாறினால் ரத்தத்தைச் சுத்தப்படுத்த தண்டுப் பொரியல், கீரைப் பச்சடி என்று சேர்த்து வாருங்கள்.

குண்டாக

ஒல்லியாக இருப்பவர்கள், அதாவது உங்கள் வயது, உயரம் ஆகியவற் றுக்கு ஏற்ப சரியான எடை இல்லாதவர்கள் இந்தக் கீரையைச் சாப்பிட்டு வந்தால் எடை அதிகரிக்கும்.

உடல் பலவீனமானவர்களுக்கு இது ஓர் அரிய கீரை. பித்த வாந்தி எடுப்பவர்களும், உடலில் அதிக சூடு கொண்டவர்களும் இந்தக் கீரையை நன்கு சாப்பிடலாம்.

கர்ப்பிணிகளே

இது குளிர்ச்சித் தன்மை கொண்ட கீரை என்பதால் ஆஸ்துமா, சைனஸ் பிரச்னை உள்ளவர்கள் வாரத்திற்கு ஒரு வேளை மட்டும் சாப்பிட்டால் போதும். முடிந்தால் இந்தக் கீரையை இவர்கள் தவிர்க்கலாம்.

கர்ப்பிணிகள் சிரமமின்றி பிரசவிக்கத் தண்டுக் கீரைப் பொரியல் உதவும். தண்டைச் சாம்பாராகவும், கீரையைப் பச்சடியாகவும், சூப்பாகவும் பிரசவமாகும்வரை சாப்பிட்டு வரலாம்.

பிரசவத்திற்குப் பிறகு உடல் கட்டுறுதியுடன் திகழ இந்தக் கீரை உதவும். மிகவும் பலவீனமான பெண்கள் உடல் உறுதி பெறுவார்கள். அதே

நேரத்தில் பிரசவத்திற்குப் பிறகு குண்டாகும் பெண்களின் உடலில் சேரும் கொழுப்பை இக் கீரையில் தாராளமாக உள்ள கால்சியம் உப்பே கரைத்து விடும்.

இளமைத் தோற்றத்திற்கு...

இளம் வயதில் முதுமையானவராகக் காட்சியளிப்பவர்கள் இதே கால்சியத்தாலும், கீரையில் தாராளமாக உள்ள கரோட்டீன் சத்தாலும் இளமையான தோற்றத்தில் கட்டுறுதி உடலுடன் காட்சியளிப்பார்கள்.

தவசிக் கீரை

காய்ச்சலைக் குணமாக்கும் அதிசயக் கீரை

காய்ச்சலைக் குணமாக்கும் பி குரூப் வைட்டமின்களும், நோயிலிருந்து குணமாகி உடல் நன்கு தேற புரதம், மாவுப் பொருள்கள், கொழுப்பு என மூன்றும் தாராளமாக உள்ள அதிசயமான கீரை, தவசிக் கீரை.

தவசிக் கீரைச் செடியை ஒவ்வொருவரும் தங்கள் வீட்டில் வளர்க்க வேண்டும். தூதுவளை, துளசி போல உடலுக்கும் உள்ளத்திற்கும் நன்மை தரும் அரிய கீரை இது.

தவசிக் கீரையின் ஆங்கிலப் பெயர் செக்கர்மேனிஸ் (Chekkurmanis) என்பதாகும்.

இதை வைட்டமின்கள் நிறைந்த கீரை என்கிறார்கள். அனைத்து வயதினரும் பயமின்றிச் சாப்பிடலாம். காரணம், ஆக்ஸாலிக் இல்லாத கீரை இது.

100 கிராம் கீரை 103 கிலோ கலோரி ஆற்றலைத் தருகிறது.

சாம்பாரில் சேர்த்துச் சாப்பிட்டால் மிகவும் சுவையாக இருக்கும் உடல் நலம் புதுப்பிக்கப்படும். ஆண்மைக் குறைவைப் போக்கும் ஆர்ஜினைன் அமினோ அமிலம் தாராளமாக உள்ள கீரை இது.

100 கிராம் கீரையில்

புரதம்	-	7 கிராம்
கொழுப்பு	-	3.2 கிராம்

நார்ப் பொருள்	-	1.4 கிராம்
மாவுப் பொருள்கள்	-	12 கிராம்
கால்சியம்	-	570 மில்லி கிராம்
இரும்பு	-	28 மில்லி கிராம்
பாஸ்பரஸ்	-	200 மில்லி கிராம்
தயாமின்	-	0.50 மில்லி கிராம்
ரிபோ ஃபிளவின்	-	0.32 மில்லி கிராம்
நியாசின்	-	3 மில்லி கிராம்
கரோட்டீன்	-	3700 மைக்ரோ கிராம்
வைட்டமின் சி	-	246 மில்லி கிராம்

இவ்வளவு சத்துகள் இருப்பதால் உடல் மிகவும் பாதுகாப்புடன் இருக்கும்.

வீட்டில் வளர்த்தால் துளசி இலைகளைப் பறித்துச் சாப்பிடுவதுபோல இதன் இலைகளைப் பறித்துச் சுத்தம் செய்து மென்று சாப்பிடலாம். இதன் இலைகளைச் சிறிதாக நறுக்கி வடை மாவு, தோசை மாவு முதலியவற்றில் சேர்த்துத் தயாரித்தால் மிகவும் சுவையாக இருக்கும்.

வாத நாராயணன் இலையைப் போலவே தவசிக் கீரையின் இலையும் இருப்பதால் அடைக்கு மாவு தயாரிக்கும்போது இதையும் சேர்த்தால் இது 'ஹார்லிக்ஸ்' அடையாகி விடும். அந்த அளவிற்குச் சத்து நிரம்பியது இந்த அடை.

எப்போதும் நல்ல மன நிலையில் இருக்க வேண்டும். அதற்கு ஏற்ப மாவுப் பொருள்கள் இந்தக் கீரையில் தாராளமாக உள்ளன.

இடுப்பு வலி இனி இல்லை

கால்சியம் உப்பு உடலில் குறைந்தால் ரத்த ஓட்டம் பாதிக்கும். இக்கீரையில் அதிகம் கால்சியம் உள்ளதால் இடுப்பு வலியையும் இது குறைக்கும். வளரும் குழந்தைகளின் பற்கள், எலும்பு வளர்ச்சிக்கும் கால்சியம் இன்றியமையாத உப்பு இது. தவசியில் 570 மில்லி கிராம் அளவு கால்சியம் உள்ளது.

உடல் சோர்வாகி திடீரென்று எடை குறைந்தால் பாஸ்பரஸ் உப்பு உடலில் குறைவாக இருக்கிறது என்று அர்த்தம். இக் கீரையில் 200 மில்லி கிராம் அளவு பாஸ்பரஸ் உப்பு உள்ளது. இது நரம்பு அணுக்களின் உற்பத்திக்கும் நரம்பு மண்டலமும் மூளையும் தொடர்ந்து செயல்படத் தூண்டிக் கொண்டே இருப்பது இந்த உப்பின் வேலை.

அதற்கு ஏற்ப கொழுப்பும், மாவுப் பொருளும் உடலால் உறிஞ்சிக் கொள்ள பாஸ்பரஸ் உப்பு உதவுகிறது. ஆக, காலைப் பலகாரத்தில் இக்கீரையைச் சாம்பாரில் சேர்த்தே சமைத்துச் சாப்பிடுவது அனைத்து வயதினருக்கும் நல்லது.

ரத்த சோகை இனி இல்லை

ரத்தத்தில் இரும்புச் சத்து குறைந்தால் ரத்த சோகை நோய் ஏற்படும். நமக்கு தினசரி 10 மில்லி கிராம் இரும்பு தேவை. ஆனால், தவசிக் கீரையின் மூலம் 28 மில்லி கிராம் அளவு இரும்புச் சத்து கிடைக்கிறது. கணிதப் பாடத்தில் ஆர்வம் அதிகரிக்க இரும்புச் சத்து தாராளமாக இருக்க வேண்டும். இது சிவப்பு ரத்த அணுக்களின் உற்பத்திக்கும், ஆரோக்கியமாக உடல் உயிரணுக்கள் தொடர்ந்து கட்டுப்பாட்டில் இருக்கவும் இந்தத் தலைமை உப்பு அவசியம் தேவை.

இதனால் தவசிக் கீரை இன்றியமையாத சத்தான கீரையாகிறது.

நன்கு பசிக்கும்

பசியின்மை, மலச் சிக்கல் முதலியவற்றைக் குணமாக்குவது தயாமின். காய்ச்சலின்போது குறைந்த ரத்த அழுத்தம், இதயம் வேக வேகமாகத் துடிப்பது ஆகியவை தயாமின் குறைவாக இருப்பதே. உணவு செரிமான மாகவும் வளர்சிதை மாற்றத்திற்கும், நரம்புகள் நன்கு செயல்படவும் தயாமின் உதவுகிறது. ஒரு நாளின் தேவையில் 25% இந்தக் கீரையின் மூலம் கிடைக்கிறது. மீதி சாம்பாரில் உள்ள பருப்புகளின் மூலம் கிடைத்து விடுகிறது.

அழகாக மாறலாம்

உடலுக்கு அழகைத் தரும் வைட்டமின், ரிபோ ஃபிளவின் இளமைத் தோற்றத்தைத் தருவதுடன் இளமையாக இருப்பதாக உணரவும் ஆன்ட்டி ஆக்ஸிடென்ட் தேவை.

கண்கள் களைப்பாக இருப்பது, முடி, நகம் வெளுத்துப் போயிருப்பது, தோல் நோய், தலைவலி போன்றவை இருந்தால் இந்த வைட்டமின் விரைந்து குணமாக்கும்.

காய்ச்சலின்போது உடல் வலி இருந்தாலும் குணமாகும். தவசிக் கீரையில் ரிபோ ஃபிளவின் போதிய அளவில் இருக்கிறது. இரண்டு ஆரஞ்சுப் பழத்தையும் இந்தக் கீரையை உணவில் சேர்க்கும் நாள்களில் சேர்த்துச் சாப்பிட்டால் கண்களின் சோர்வு பறந்து போகும். காய்ச்சலும் விரைந்து குணமாகும். ஆரஞ்சு, ரிபோ ஃபிளவின் ரத்தத்தில் குறையாமல் பார்த்துக் கொள்ளும்.

திடீர் மாரடைப்பு இல்லை

அடுத்து, கொலஸ்ட்ராலைக் குறைக்கும் சூப்பர் வைட்டமின் என்று போற்றப்படும் நியாசினும் இக் கீரையில் உள்ளது. ஒருநாள் தேவையில் 25% இந்தக் கீரை மூலம் கிடைத்து விடுகிறது. புரதமும் மாவுச் சத்தும் உடலில் சேரவும், ரத்த ஓட்டம் சீராக இருக்கவும், மன நிலை ஆரோக்கியமாக இருக்கவும் நியாசின் உதவுகிறது.

தலை வலி, தூக்கமின்மை, தோல் நோய்கள் இந்த வைட்டமினின் குறைபாடே. மேற்கண்ட பிரச்னைகளை நீக்க இக் கீரையில் உள்ள நியாசின் உதவுகிறது. மேற்கண்ட மூன்று பிரச்னைகளும் இருந்தால் தவசிக் கீரை பொரியலுடன், தக்காளிப் பச்சடி அல்லது உருளைக் கிழங்கு அவியல் என ஏதாவது ஒன்றையும் சேர்த்துச் சாப்பிடவும். இதனால் ஒரு நாள் தேவையான நியாசின் முழுமையாகக் கிடைக்கும்.

தொற்று நோய் தொற்றாது

வளர்சிதை மாற்றம் வேகமாக நடைபெறுவதற்கும், தொற்று நோய்க் கிருமிகள் உடலுக்குள் செல்லாமல் தடுப்பதற்கும் வைட்டமின் சி தேவை. உடலின் தசை நார் இணைப்புகளுக்கு உதவுவதும் இந்த வைட்டமின்தான்.

இளம் வயதிலேயே முதுமைத் தோற்றம் இந்த வைட்டமின் குறைபாடே. தினசரி 75 மில்லி கிராம் அளவு வைட்டமின் சி தேவை; ஆனால், தவசிக் கீரையின் மூலம் 246 மில்லி கிராம் அளவு கிடைக்கிறது. எந்த வகைக் கீரையைச் சமைத்தாலும் அதில் கடைசியாக ஓர் எலுமிச்சம் பழத்தைப் பிழிந்து விட்டால்தான் கீரையில் உள்ள இரும்புச் சத்து உடலால் உறிஞ்சிக் கொள்ளப்படும்.

ஆனால், தவசிக் கீரையில் தாராளமாக உள்ள வைட்டமின் சி இரும்புச் சத்தை உடல் உடனடியாகக் கிரகித்துக் கொள்ள உதவுகிறது.

உடலின் ஒவ்வொரு உயிரணுவின் வளர்சிதை மாற்றத்திற்கும், பார்வைத் திறனுக்கும் பற்கள் சொத்தையாவதைத் தடுக்கவும், வாழ்நாளை நீடித்துத் தரவும் கரோட்டீன் 3700 மைக்ரோ கிராம் அளவு இக்கீரையில் இருக்கிறது.

எனவே, இந்த சத்தான கீரையை நாம் அனைவரும் உணவில் சேர்த்து வருவது மிகவும் நல்லது.

தூதுவளைக் கீரை

ஆஸ்துமாவைக் குணமாக்கும் ஆச்சரியக் கீரை

தூதுவளைக் கொடி வேலிகளில் தானாகப் படர்ந்து வளரும் கீரை ஆகும். ஆங்கிலத்தில் கிளிம்பிங் பிரிஞ்சால் (Climbing Brinjal) என்பது இதன் பெயர்.

இதை முக்கியமான கீரையாகவும் மூலிகையாகவும் போற்றுகின்றனர். எனவே, வீட்டில் தூதுவளையைத் தொட்டியில் வளர்த்தும் இதன் இலைகளைப் பறித்தும் சாப்பிடலாம். சளி, இருமல், ஆஸ்துமா உள்ளவர்கள் இலையைப் பறித்துச் சுத்தம் செய்து நெய்யில் வதக்கி வெங்காயம் சேர்த்துத் தாளிக்க வேண்டும். இதைச் சாப்பிட்டால் மேற்கண்ட மூன்று பிரச்னைகளும் குணமாகும்.

நன்கு பசி எடுத்துச் சாப்பிட இலையை நெய்யில் வதக்கி உப்பு, புளி, மிளகாய் சேர்த்துத் துவையலாக அரைத்துச் சாதத்தில் பிசைந்து சாப்பிட வேண்டும். கீரையில் தாராளமாக உள்ள கால்சியம் எலும்பு மெலிவு நோய் ஏற்படாமல் பாதுகாக்கும்.

தூதுவளையைப் பச்சடி, கூட்டு என்றும் சமைத்துச் சாப்பிடலாம். புரதமும், மாவுச் சத்தும் போதிய அளவில் இருப்பதால் வயிறு நிரம்பும். சாதத்தைக் குறைவாகச் சாப்பிட்டால் போதும். தூதுவளை வயிற்றுப் பொருமல், நெஞ்செரிச்சல் போன்ற வற்றையும் குணமாக்கும்.

நெஞ்செரிச்சலுக்கு

தூதுவளைக் கொடியும், இலையும் புளியும் சேர்த்துச் செய்த ரசம் நெஞ்சுச் சளியை நீர்த்துப் போகச் செய்யும். இலையையும் புளியையும் சேர்த்து இந்த ரசத்தைச் சமைக்கலாம். தூதுவளையைக் குழம்பு, கடையல் என்று தயாரித்துச் சாப்பிட்டால் விந்து உற்பத்தி தாராளமாக இருக்கும்.

உடல் வலி தீரும்

வெண்ணெயைக் காய்ச்சும் போது தூதுவளை இலைகளைப் போட்டுக் காய்ச்ச வேண்டும். அப்படிக் காய்ச்சிய நெய்யை உணவில் சேர்த்து வர, உடல் வலி குறையும். கொழுத்த சரீரமும் மெலியும். தூதுவளை இலை மூலம் நெய்யில் கலந்துள்ள கால்சியம், வைட்டமின் சி போன்றவை உடல் பருமனைக் குறைத்து உடல் வலியையும் குணமாக்கும்.

தூதுவளை இலையின் நடுவிலும் முட்கள் இருக்கின்றன. கொடியின் இலையிலும் முட்கள் உள்ளன. எனவே இலைகளைக் கவனமாகக் கிள்ள வேண்டும்.

தூதுவளைக் கொடியிழை ஊதா நிறத்திலும் காய்கள் பச்சையாகவும் பழங்கள் சிவப்பாகவும் இருக்கும்.

உடல் உறுதிக்கும் விந்து உற்பத்திக்கும் பூக்களைக் கஷாயமாக்கி அதில் பால், சர்க்கரை சேர்த்துத் தினம் ஒரு வேளை அருந்தி வரவும். இதனால் போனஸாக உடல் வலியும் குணமாகும்.

தூதுவளைக் காயை வற்றலாக்கிக் குழம்பாகச் செய்து சாப்பிட்டு வந்தால் பித்தம் குணமாகும். தூதுவளைப் பழம் நெஞ்சு வலியைக் குணமாக்கும். பழமாகவும், பழத்தை உலர்த்திப் பொடியாகவும் சாப்பிட்டு வந்தால் மார்புச் சளி நீர்த்துப் போகும்.

தூதுவளையைக் கஷாயமாகவும் பழமாகவும் சாப்பிட்டாலும் ஒரே நன்மை. சளி கரைதல். பூவின் கஷாயம் இளமைத் துடிப்பைத் தரும்.

தூதுவளைக் கஷாயமும், ரசமும் மிக முக்கியமான உணவு மருந்துகள். மூலிகை வைத்தியர்கள் இதை நன்கு சாப்பிடச் சொல்லி பலவிதமான நோய்களைக் குணமாக்கி வருகின்றனர்.

நாமும் நன்கு பசி எடுத்துச் சாப்பிடவும் ஜீரணம் சிறப்பாக இருக்கவும் தூதுவளையை அரிய மருந்தாகப் பயன்படுத்தும் விழிப்புணர்வைப் பெற வேண்டும்.

பிரண்டை

எலும்பு மண்டலத்தைப் பலப்படுத்தும் அற்புதக் கீரை

பிரண்டைக்கு வச்சிரவல்லி, பிரண்டைக் கொடி என்ற பெயர்களும் உண்டு.

இதை வீட்டில் வளர்க்க முடியாது. ஆனால், தோட்டத்திலும், மொட்டை மாடியிலும் வளர்க்கலாம். நன்கு படர்ந்து வளரும் கொடி இது.

பிரண்டையின் ஆங்கிலப் பெயர் ஸ்கொயர் ஸ்டாக்டு வைன் (Square Stalked Vine) அல்லது அடமன்ட் வைஸ் (Adament Vine) என்பதாகும்.

எலும்பு மெலிவு நோயினால் அவதிப்படுகிற பெண்களும், குளியல் அறையில் வழுக்கி விழுந்தவர்களும், இடுப்பு வலி, முதுகு வலி என்பவர்களும் முறிந்த எலும்பு கூடுவதற்கு மருந்து சாப்பிடுகிறவர்களும் அவசியம் பிரண்டை சாப்பிட்டு வரவேண்டும்.

காரணம் 100 கிராம் பிரண்டையில் 650 கிராம் அளவு கால்சியம் உப்பு உள்ளது. அதே நேரத்தில் கிடைக்கும் சக்தி 37 கிலோ கலோரிகள்தான். எனவே, நன்கு சாப்பிடலாம்.

இரும்புச் சத்து குறைவாக இருப்பதால் பிரண்டை சாப்பிடும் நாள்களில் ரத்தம் சுத்தமாக முளைக் கீரை, தவசிக் கீரை போன்ற இரும்புச் சத்து தாராளமாக உள்ள கீரைகள், பழங்கள் முதலியவற்றையும

சேர்த்துக் கொள்ள வேண்டும். இதனால் உடல் உறுதி பெறும். ரத்தமும் சுத்தமாகும்.

வேலிகளில் படர்ந்து வளரும் பிரண்டையின் தண்டு நான்கு பட்டை களுடன் சதைப் பற்று குறைந்தும் காணப்படும். கணுக்காலில் பூக்கள் தோன்றும். இலைகளில் நீர்ச் சத்து அதிகம் உள்ளது. இதன் கொழுந்து இலைகளை மற்ற கீரைகளுடன் சேர்த்துச் சாப்பிடலாம்.

மூட்டு வலி

மூட்டு வலியைக் குணப்படுத்துவதில் பிரண்டை முதல் இடத்தில் இருக் கிறது. காரணம், இதில் தாராளமாக உள்ள சுண்ணாம்புச் சத்தே!

இளம் பிரண்டைத் துண்டுகள் ஒரு கோப்பை (120 மில்லி லிட்டர்), உளுத்தம் பருப்பு, எள் தலா ஒரு தேக்கரண்டி, வர மிளகாய் அல்லது பச்சை மிளகாய் 4, சிறிதளவு புளி, சிறு இஞ்சித் துண்டு, உப்பு சிறிதளவு, மிளகு 4.

பிரண்டையின் நுனிப் பகுதியை லேசாக ஒடித்து கணுக்களை நீக்கவும். மற்ற பகுதிகளைச் சிறிய துண்டுகளாக வெட்டி நல்லெண்ணெயில் வதக்கவும். தாளிக்கக் கொடுத்துள்ள மிளகு, மிளகாய், புளி, தோல் நீக்கிய இஞ்சி, எள், உளுத்தம் பருப்பு முதலியவற்றையும் தனித்தனி யாக வதக்கவும். பிறகு எல்லாவற்றையும் மிக்ஸியில் போட்டுத் துவையலாக அரைத்துக் கொண்டால் போதும்.

வாரத்திற்கு இரண்டு முறை வீதம் தொடர்ந்து ஆறு வாரங்கள் இந்தத் துவையலைச் சாப்பிட்டு வந்தால் மூட்டு வலி முற்றிலும் குணமாகி விடும்.

மூல நோய்

மூல நோயாளிகள் பிரண்டைத் துவையலுடன் இலைகளை நெய்யிலோ, நல்லெண்ணெயிலோ வதக்கிச் சாப்பிட வேண்டும். அப்படியே பறித்து இலைகளைச் சாப்பிட்டால் அரிப்பெடுக்கும். பிரண்டையை, தோட்டங் களில் எவ்விதப் பராமரிப்பும் இன்றி எளிதாக வளர்க்கலாம். அது வாகவே வளர்ந்து விடும்.

உடல் வலி தீரும்

பிரண்டைத் துண்டுகள், இலைகள் முதலியவற்றைத் துவையலாகவும், சூப் அல்லது ரசமாகவும் உணவில் சேர்த்து வந்தால் நன்கு பசி எடுத்துச் சாப்பிடலாம்.

ஜீரணம் நன்றாக இருக்கும். குடலில் உள்ள புழுக்கள் அழியும். உடல் வலி தீரும். மலச் சிக்கல் தீரும்.

பிரண்டைத் துண்டுகளை சாறாக மாற்றி அருந்தினால் மாத விடாய்ப் பிரச்னை, ஆஸ்துமா போன்றவை குணமாகும். எளிய வழியாக பிரண்டைத் துவையலை உணவில் சேர்த்து வந்தால் போதும்.

இதன் துவையலும் ரசமும் உடம்பு வலியை முற்றிலும் குணமாக்கு கிறது. எனவே, வெயிலில் அலைந்தபடி வேலை பார்ப்பவர்கள் பிரண்டைத் துவையலுக்கும் ரசத்துக்கும் முக்கியத்துவம் கொடுங்கள்.

புளிச்ச கீரை

தாம்பத்திய ஆர்வத்துக்கு உகந்த கீரை

சற்று புளிப்புத் தன்மையுடன் இருப்பதால் புளிச்ச கீரை என்று பெயர். இந்தக் கீரைக்கு ஆங்கிலத்தில் மெஸ்டா (Mesta), டெக்கான் ஹெம்ப் (Deccan Hemp) என்று இரு பெயர்கள் உள்ளன.

இந்தக் கீரையைச் சமைக்கும் போது புளியின் அளவைக் குறைவாகச் சேர்க்க வேண்டும். எள் சேர்த்துச் சமைத்தால் ஃபோலிக் அமிலம் நன்கு கிடைக்கும்.

மேலும், அதிக அளவு ரத்தத்தில் சேரும் உலோகம் போன்ற நச்சுச் சத்துகளின் அளவைக் குறைக்கும் ரிபோ ஃபிளவின் வைட்டமின் இக்கீரையில் தாராளமாக உள்ளன.

ஐந்து மீட்டர் உயரம் வரை வளரும் செடி இது. இலையின் ஓரங்கள் அரிவாள் பற்கள் போல, பூக்கள் மஞ்சள் நிறத்திலும் இருக்கும்.

100 கிராம் கீரையில்

புரதம்	-	2 கிராம்
கொழுப்பு	-	1.1 கிராம்
மாவுப் பொருள்கள்	-	10 கிராம்
கரோட்டீன்	-	2900 மைக்ரோ கிராம்
வைட்டமின் சி	-	20 மில்லி கிராம்

கால்சியம்	-	170 மில்லி கிராம்
பாஸ்பரஸ்	-	40 மில்லி கிராம்
இரும்பு	-	50 மில்லி கிராம்
ரிபோ ஃபிளவின்	-	0.40 மில்லி கிராம்
நியாசின்	-	0.1 மில்லி கிராம்
தயாமின்	-	0.1 மில்லி கிராம்
கிடைக்கும் சக்தி	-	56 கிலோ கலோரிகள்

தாம்பத்யத்தில் ஆர்வம்

மனத்திற்குத் திருப்தியைத் தரும் லைசின், உடல் பருமனைக் குறைப்ப துடன் தாம்பத்தியத்தில் ஆர்வத்தை ஏற்படுத்தும் ஆர்ஜினைன் என்ற அமினோ அமிலமும் இந்தக் கீரையில் பொங்கி வழிகின்றன. இந்தக் கீரையை உண்டு வந்தால் விந்து கெட்டியாகும். பெண்களும் இக் கீரையை நன்கு சாப்பிட வேண்டும்.

புளிச்ச கீரையின் இளம் இலைகளையே பறித்து சிறிது தண்ணீர் விட்டு வேக வைத்து, மிளகாயும் உப்பும் போட்டு கடையவும். பிறகு கடுகு, உளுத்தம் பருப்பு போட்டு நல்லெண்ணெயில் தாளிக்கவும்.

இந்தக் கீரையை நெய் சேர்த்தோ, நல்லெண்ணெய் சேர்த்தோ பிசைந்து சாதத்தில் கலந்து சாப்பிட்டு வரவும். சுவையான இக் கீரைக் கடையல் மூளையில் உள்ள லிம்பிக் சிஸ்டத்துக்கு விழிப்பு ஊட்டுவதால் தாம்பத்தியத்தில் எந்த அளவு ஆர்வம் அதிகரிக்கிறதோ அதே அளவு நல்ல முறையில் வாழவும் நம்மைத் தூண்டும். புத்திசாலித்தனம், செயலாற்றல் அதிகரிக்கும்.

ரத்த சோகை, காய்ச்சல், சீத பேதி, வயிற்றுப் பொருமல், வியர்வை நாற்றம், வீக்கம், இருமல் போன்றவையும் குணமாகும். இலைக் கஷாயம் இருமலையும் வாத நோயையும் குணமாக்கும்.

உள்ளமும் நலமும்

கால்சியம், பாஸ்பரஸ், இரும்பு, கரோட்டீன் போன்றவை தாராளமாக இருப்பதால் உடலும் உள்ளமும் நன்கு புதுப்பிக்கப்படும். தோலில் உள்ள வறட்சி குணமாகும். கட்டிகள் உடையும். ரத்தக் குழாய்கள் அடைப்பு இன்றிச் சுத்தம் செய்யப்படும்.

வாயுக் கோளாறு உள்ளவர்கள் இக்கீரையைத் துவையலாகத் தயாரித்துச் சாப்பிடும்போது பெருங்காயத்தையும் சேர்த்து வைத்து அரைக்கவும்.

பசியின்மை குணமாகும்

சிறிது நல்லெண்ணெயில் வர மிளகாய், உளுத்தம் பருப்பு, பெருங் காயத் தூள் சேர்த்து வதக்கவும். பிறகு புளிச்ச கீரையையும் இதில் போட்டுப் புரட்டவும். பிறகு உப்பு சேர்த்து மிக்ஸி மூலம் துவையலாக அரைக்கவும்.

இதைச் சாதத்தில் போட்டு உணவுடன் உண்டால் வயிற்று மந்தம், பசியின்மை போன்றவை குணமாகும்.

சூப் மிகவும் நல்லது

புளிச்ச கீரையைச் சூப்பாகச் செய்து அருந்தி வந்தால், உடலும் உள்ளமும் புத்துணர்வு பெறும். முதலில் கீரையைச் சாப்பிட்டு விட்டு சூப்பை அருந்தவும்.

மூட்டு வலிப் பிரச்னை உள்ளவர்கள் இந்தக் கீரையைத் தவிர்க்கலாம். அல்லது பிரண்டைத் துவையல் சாப்பிடும்போது இக் கீரையையும் சேர்த்துவந்தால் மூட்டு வலி குணமாகும்.

புதினா கீரை

புரதம் நிறைந்த புத்துணர்வுக் கீரை

புதினா கீரையின் ஆங்கிலப் பெயர் மார்ஸ் மின்ட் (Marsh Mint) என்பதாகும். அதிக சத்தும் அதிக மணமும் கொண்ட கீரை இது.

இதன் இலைகளை சட்டினியாகப் பயன்படுத்தினால் குறைந்த அளவே இட்லி, தோசை சாப்பிடுவீர்கள். இதில் உள்ள புரதம் பசியைப் போக்க உதவும்.

உணவின் மணத்திற்காக, உணவில் புதினாவைச் சேர்த்துக் கொள்கிறோம். இக் கீரையின் இலை களையும் கொழுந்துகளையும் கீரையாகப் பயன் படுத்துகிறோம்.

புதினாவை உருவியதும் அந்தத் தண்டுகளை வீட்டிலேயே ஒரு தொட்டியில் நட்டு வைத்தால் புதினாச் செடிகள் வளரும். நேரடியான சூரிய ஒளி வேண்டும். சன் ஷேடு கிடைத்தாலே போதும். வீட்டில் நன்கு வளர்க்கலாம்.

புரதம் பசியைப் போக்குகிறது என்றால் புதினாவில் உள்ள மற்ற சத்துகள் பசியைத் தூண்டுகின்றன. பசி எடுக்காதவர்கள் புதினாத் துவையலை நன்கு சேர்க்கவும். புதினா கீரைப் பொடியை தேநீராக்கித் தயாரித்து அருந்தினால் சுறுசுறுப்பு கிடைக்கும்.

நோய் எதிர்ப்புச் சக்தி

நோய் எதிர்ப்புச் சக்தியை அதிகரிக்கும் இந்தக் கீரையை வதக்கி புளி, மிளகாய், உப்பு

ஆகியவற்றைச் சேர்த்து துவையலாக அரைத்து சாதத்தில் போட்டுப் பிசைந்து சாப்பிட்டு வந்தால் போதும். உடல் ஆரோக்கியமாகத் திகழும்.

வாந்தி வராது

இது உடலுக்கு வெப்பத்தைத் தரும். அதே நேரத்தில் உடல் சூடாக இருந்தால் குளிர்ச்சியைத் தரும். சிறுநீர் நன்கு பிரியும். குமட்டல், மற்றும் பித்த வாந்தி எடுப்பவர்கள் புதினா கீரைத் துவையலை அடிக்கடி சேர்த்து வரவும். இதனால் நன்கு ஜீரணமாகி, வாய் நாற்றம் அகலும். வயிற்று உப்புசமும் குணமாகும்.

கல்லீரல் பாதுகாப்பு

இந்தப் புதினா கீரை மருத்துவக் குணங்கள் நிரம்பிய கீரையாகும். இது கல்லீரலைக் காப்பாற்றும். சிறுநீரகத்திலும் பித்தப் பையிலும் கற்கள் உருவாகாது தடுக்கும். வயிறு தொடர்பான அனைத்துப் பிரச்னைகளை யும் இக் கீரை குணமாக்குகிறது. அதனால்தான் வயிறு தொடர்பான மருந்துகளில் புதினாவில் இருந்து எடுக்கப்பட்ட சத்துகளும் சேர்த்துத் தயாரிக்கப்படுகின்றன.

பற்பசை, பிஸ்கட், பன் போன்றவைகளிலும் புதினா கீரை சேர்க்கப் படுகிறது.

மஞ்சள் காமாலை தடுக்கப்படும்

இரும்புச் சத்தைப் போலவே கந்தக உப்பும் ரத்தத்தைச் சுத்தம் செய் கிறது. இத்துடன் கல்லீரல் நன்கு செயல்படவும், தோல் பளபளப்பாக மாறவும், புதினா கீரையில் 85 மில்லி கிராம் அளவு கந்தக உப்பு உள்ளது.

அசுத்தமான உணவு, தண்ணீர் போன்றவற்றை அடிக்கடி சாப்பிட நேர்ந்தால் கல்லீரல் கெட்டு மஞ்சள் காமாலை நோய் தாக்கி விடும். இவர்கள் புதினா கீரைத் துவையலை அரைக்கும்போது ஐந்து அல்லது ஆறு பூண்டுப் பற்களையும் எண்ணெயில் வதக்கி அதையும் சேர்த்து அரைக்கவும்.

இந்தத் துவையல் மஞ்சள் காமாலை தாக்காமல் காப்பாற்றி விடும். தினமும் மது குடிப்பவர்கள் இந்தத் துவையலையும் உணவில் சேர்த்து வரவும். இதனால் கல்லீரல் காப்பாற்றப்படும்.

ஜீரண சக்திக்கு

வயிற்றில் ஹைட்ரோ குளோரிக் அமிலம் சுரந்தால்தான் நாம் சாப்பிட்ட உணவுகள் ஜீரணமாக ஆரம்பிக்கும். புதினா கீரையில் குளோரின் உப்பும்

36 மில்லி கிராம் அளவு இருக்கிறது. இது ஹைட்ரோ குளோரிக் அமிலத்தைத் தடையின்றி சுரக்க வைத்து விடுகிறது.

100 கிராம் புதினா கீரையில் உள்ள சத்துகள்

புரதம்	-	4.8 கிராம்
கொழுப்பு	-	0.6 கிராம்
நார்ப் பொருள்	-	2 மில்லி கிராம்
மாவுப் பொருள்	-	6 மில்லி கிராம்
கால்சியம்	-	200 மில்லி கிராம்
பாஸ்பரஸ்	-	60 மில்லி கிராம்
இரும்பு	-	16 மில்லி கிராம்
தயாமின்	-	1 மில்லி கிராம்
ரிபோ ஃபிளவின்	-	0.27 மில்லி கிராம்
நியாசின்	-	1 மில்லி கிராம்
ஃபோலிக் அமிலம்	-	115 மில்லி கிராம்
கரோட்டீன்	-	1600 மைக்ரோ கிராம்
வைட்டமின்	-	27 மில்லி கிராம்
சக்தி	-	48 கிலோ கலோரிகள்

மகிழ்ச்சி தரும் புதினா சூப்

மிளகு, இஞ்சி, பனங்கற்கண்டு சேர்த்த புதினா கீரை சூப்பை தினமும் ஒரு வேளை அருந்தி வந்தால் உமிழ்நீர் நன்கு சுரந்து செரிக்காத கல்லும் கூட ஜீரணமாகி விடும்.

வாயுத் தொல்லை, மாத விடாய்ப் பிரச்னை, மூட்டு வலி, வயிற்று வலி, மனக் கவலை, சிறுநீர் கழிப்பதில் சிரமம், எந்தச் சுவையையும் உணர முடியாத நாக்கு போன்ற பிரச்னைகள் தீர புதினா கீரைத் துவையலுடன் புதினா சூப்பையும் நன்கு உணவில் சேர்த்து வரவும்.

மாத விடாய்

மாத விலக்கு தாமதமில்லாமல் தொடர புதினா கீரைப் பொடியை ஒரு தேக்கரண்டி அளவு எடுத்துத் தேனில் சேர்த்துச் சாப்பிட்டு வந்தால் போதும். தொடர்ச்சியாக மூன்று நாள்கள் கீழ்க்கண்ட முறையில் சாப்பிடவும்.

புதினா கீரையை உருவி வெயிலில் உலர்த்தி மிக்ஸி மூலம் இதைப் பொடியாக அரைத்து ஒரு பாட்டிலில் பாதுகாப்பாக வைத்துக் கொள்ளவும். மாத விலக்கு வர வேண்டிய மூன்று அல்லது நான்கு நாள்களுக்கு முன்பிருந்தே காலையில் முதல் வேளையாக இந்தப் பொடியைத் தேனில் குழைத்துச் சாப்பிட்டு வர வேண்டும்.

மதிய உணவில் புதினா கீரை சூப்பும், புதினா கீரை துவையலும் இடம் பெற வேண்டும்.

பக்கவாதம் கர்ப்பம் தவிர்ப்பு!

காய்ச்சல், பக்கவாதம், மஞ்சள் காமாலை போன்ற பிரச்னைகள் குணமாகும்வரை இரு சிட்டிகை புதினாப் பொடியை வாயில் போட்டுக் கொண்டு தண்ணீர் அருந்தவும். தினசரி மூன்று வேளை இதே போலச் சாப்பிட வேண்டும். மூலிகை மருந்து கடைகளில் புதினா கீரைப் பொடி கிடைக்கிறது.

தாம்பத்ய உறவுக்கு முன்பு ஒரு தேக்கரண்டி புதினா கீரைப் பொடியை வாயில் போட்டுக்கொண்டு தண்ணீர் அருந்தும் பெண்களுக்கு கரு உருவாவது தடுக்கப்படும். ஆயுர்வேதம், இந்த முறையில் கர்ப்பம் தரிப்பதைத் தடுத்துக்கொள்ள சிபாரிசு செய்கிறது. எனவே, குழந்தை வேண்டாம் என்று தீர்மானிக்கும் பெண்கள் இந்த முறையைப் பின்பற்ற லாம். இத்துடன் மருத்துவரின் ஆலோசனையையும் இவர்கள் பெற வேண்டும்.

வயிற்று வலி

இரண்டு தேக்கரண்டி புதினா கீரைப் பொடி, ஒரு தேக்கரண்டி சுக்குத் தூள் முதலியவற்றைப் பால், சர்க்கரை சேர்த்து தேநீராகத் தயாரித்து அருந்தி வந்தால் வயிற்று வலி குணமாகும். தினமும் இருவேளை இந்தத் தேநீரை அருந்த வேண்டும்.

பித்த மயக்கம்

பித்தம், வயிற்று உப்புசம் போன்றவை குணமாக ஒரு தேக்கரண்டி புதினா கீரை இலைச் சாற்றில் தலா ஒரு தேக்கரண்டி தேனும் எலுமிச்சம் பழச் சாறும் சேர்த்து உணவு சாப்பிடுவதற்கு முன்பாக அருந்த வேண்டும். தினமும் மூன்று வேளை இதேபோல அருந்த வேண்டும். இதனால் எந்த உணவும் ருசியில்லை என்று கூறும் நபர்களின் நாக்கில் சுவை அரும்புகள் எழுச்சி பெறும்.

ஆஸ்துமா! உடல் பருமன்!

சளி, இருமல், ஆஸ்துமா போன்றவை குணமாகவும் நோய் எதிர்ப்புச் சக்தி அதிகரிக்கவும் ஒரு தேக்கரண்டி புதினா கீரைச் சாற்றில் தலா

இரண்டு தேக்கரண்டி தேன், வினிகர் சேர்க்கவும். பிறகு இந்தக் கலவையை நான்கு அவுன்ஸ் கேரட் சாற்றில் கலந்து நன்கு கலக்கி விட்டு அருந்தவும். இதனால் ஆஸ்துமா உறுதியாகக் குணமாகும். நோய் எதிர்ப்புச் சக்தியும் அதிகரிக்கும். கேரட்டை நன்கு சுத்தம் செய்து மிக்ஸியின் மூலம் சாறாக்கவும். தினம் மூன்று வேளை இதுபோல் அருந்தினால் சளியும் இருமலும் குணமாகும்.

கேரட்டிலும் புதினா கீரையிலும் உள்ள கால்சியம் கொழுத்த சரீரத்தை இளகச் செய்யும். எனவே, உடல் பருமனைக் குறைக்க மேற்கண்ட முறையில் புதினா சாற்றை அருந்தி வரவும்.

உங்கள் வயது, உயரம் ஆகியவற்றிற்கு ஏற்ப உங்கள் எடை குறைந்து வரும் வரையில் தினசரி மூன்று வேளை அருந்தி வரவும். சரியான எடைக்கு உங்கள் உடல் வந்ததும் தினசரி ஒரு வேளை மட்டும் இந்தக் கேரட், புதினா, தேன், வினிகர் சாற்றை அருந்தி வந்தால் போதும். இதனால் உங்கள் எடை அதிகரிக்காமல் கட்டுப்பாட்டில் தொடர்ந்து இருக்கும்.

புதினா கீரைத் துவையல் நீண்ட நேரம் கழித்தே ஜீரணமாவதால் புதினா கீரையை இரவு உணவில் தவிர்ப்பது நல்லது.

துவையலாக அரைக்கும்போது உளுத்தம் பருப்பு நன்கு சேர்த்து வதக்கிய பிறகே புதினா கீரையைப் பயன்படுத்தவும்.

சட்னி, பச்சடி என்றால் புதினா கீரையுடன் இஞ்சி, மிளகு, பூண்டு போன்றவற்றையும் சேர்த்தே தயாரிக்கவும்.

இஸ்லாமியர்கள் புதினாக் கீரையை மருந்து உணவாகவே சாப்பிட்டு வருகின்றனர். நாமும் உணவாகவும் மருந்தாகவும் புதினா கீரையை நன்கு பயன்படுத்த வேண்டும்.

காரணம் வயதாக வயதாக கண்களையும், கல்லீரலையும் ஆரோக்கிய மாகப் பாதுகாக்க புதினா கீரை நன்கு உதவுகிறது என்பதால்தான்.

ஐரோப்பாவில்தான் புதினா கீரை முதலில் தோன்றியது. இன்று ஜப்பான், சீனா, அரபு நாடுகளில் முக்கியமான உணவு மருந்தாக புதினா கீரை உள்ளது.

அமெரிக்கர்கள் உணவில் மணத்திற்காகச் சேர்ப்பதுடன் பச்சையாகக் கீரையை மென்றும் சாப்பிடுகின்றனர். இதனால் அவர்கள் பற்கள் சுத்தமாக ஆரோக்கியமாக இருக்கிறது.

நாம் பச்சையாகவும் புதினா கீரையைச் சாலட் மூலமாகவும் மென்று சாப்பிட்டு உடல் நலத்தைப் புதுப்பிக்கலாம்.

முள்ளங்கிக் கீரை

100 ஆண்டுகள் வாழ வைக்கும் அமிர்தக் கீரை

நோய் பரப்பும் வைரஸ் கிருமிகளையும் பாக்டீரியாக்களையும் அடியோடு அழிப்பது முள்ளங்கியும் முள்ளங்கி கீரையும்!

இரண்டையும் சாப்பிடுவதால் ரத்தம் சுத்தமாகி நோய்கள் கட்டுப்படுத் தப்பட்ட வாழ்நாள் 100 ஆண்டுகளைத் தாண்டியும் அதிகரிக்கிறது, மிக ஆரோக்கியத்துடன்.

கேரட் கீரையைப் போலவே முள்ளங்கியுடன் சேர்த்தே இக் கீரை கிடைக்கிறது. எனவே, முள்ளங்கி பொரியல், சாம்பார் என்று சாப்பிட்டாலும் முள்ளங்கி கீரைக்கும் முதலிடம் கொடுங்கள்.

முள்ளங்கி, கேரட்டை விட இரு மடங்கு அதிகமாக முள்ளங்கி கீரை மனிதனைக் குணமாக்குகிறது.

100 கிராம் கீரையில்

புரதம்	-	*4 கிராம்*
கொழுப்பு	-	*0.45 கிராம்*
மாவுப் பொருள்கள்	-	*2.5 கிராம்*
நார்ப் பொருள்	-	*1.0 கிராம்*
வைட்டமின் சி	-	*80 மில்லி கிராம்*

கரோட்டீன்	-	5295 மைக்ரோ கிராம்
இரும்பு	-	4 மில்லி கிராம்
கால்சியம்	-	265 மில்லி கிராம்
பாஸ்பரஸ்	-	60 மில்லி கிராம்
தயாமின்	-	0.18 மில்லி கிராம்
ரிபோ ஃபிளவின்	-	0.48 மில்லி கிராம்
நியாசின்	-	0.8 மில்லி கிராம்
சக்தி	-	28 கிலோ கலோரிகள்

எப்படிச் சாப்பிடுவது?

முள்ளங்கிக் கீரையை சாலட்டாகச் சாப்பிடுவது நல்லது. எலுமிச்சம் பழத்தைப் பிழிந்துவிட்டு இந்தக் கீரைச் சாலட்டைச் சாப்பிட வேண்டும். இப்போதுதான் கீரையிலுள்ள இரும்புச் சத்து உள்பட அனைத்துச் சத்து களும் எலுமிச்சையில் உள்ள வைட்டமின் சியால் உடலில் நன்கு சேர உதவி செய்யும்.

சிறுநீரகக் கற்கள்

சிறுநீரகம் தொடர்பான அனைத்துப் பிரச்னைகளும் தீர, தினமும் ஒரு கோப்பை கீரைச் சாற்றை அருந்த வேண்டும். இதிலும் ஓர் எலுமிச்சம் பழத்தை விட்டே சாறை அருந்த வேண்டும். இதனால் சிறுநீர் நன்கு பிரியும்.

இதில் உள்ள கால்சியம் சிறுநீரில் கற்கள் ஏற்படாமல் உடைத்து அகற்றி விடும். சிறுநீர்ப் பை வீக்கமும் குறையும். தினமும் ஒரு வேளை வீதம் 15 நாள்கள் தொடர்ந்து அருந்தி வந்தால் சிறுநீரகம் தொடர்பான அனைத்துப் பிரச்னைகளும் குணமாகி விடும். மிக்ஸி மூலம் கீரையைச் சாறாக்கி அதை வடிகட்டியே அருந்த வேண்டும்.

மஞ்சள் காமாலை குணமாகும்

மஞ்சள் காமாலை குணமாகவும் கல்லீரல் பலம் பெறவும் ஒரு கோப்பை முள்ளங்கி கீரைச் சாற்றில் ஒரு தேக்கரண்டி சர்க்கரை அல்லது இரண்டு தேக்கரண்டி குளூக்கோஸ் சேர்த்து ஓர் எலுமிச்சம் பழத்தையும் பிழிந்து அருந்தி வர வேண்டும். மஞ்சள் காமாலை நோய் குணமாகும்வரை இதே முறையில் அருந்தி வரவும்.

மூளை பலம் பெற

மேற்கண்ட முறையில் குளுக்கோஸ் சேர்த்துத் தினமும் ஓரிரு வேளை இந்தச் சாற்றை அருந்தி வந்தால் பாஸ்பரஸ் உப்பால் ஞாபக சக்தி அதிக மாகும். கால்சியம் உப்பால் எலும்பு மெலிவு நோயைப் பெண்களும், குளியலறையில் வழுக்கி விழுவதை ஆண்களும் தவிர்க்க முடியும். உடல் பலவீனமாக உள்ளவர்கள் இந்தச் சாற்றில் சேர்க்கப்படும் குளுக் கோஸால் உற்சாகமாகவும் உடல் உறுதியுடனும் காணப்படுவார்கள்.

வெண் புள்ளிகள்

முப்பது கிராம் முள்ளங்கி விதையை மிக்ஸி மூலம் தூளாக மாற்றி அதை வினிகரில் கலந்து பசையாக்கி வெண் புள்ளி உள்ள இடங்களில் தடவி வர வேண்டும். வெண் படை நிறைய இருந்தால் அதற்கு ஏற்ப முள்ளங்கி விதைகள் 50 முதல் 100 கிராம் வரை இருக்கலாம். இந்தப் பசையை தினம் தடவி வந்தால் வெண்மையான தோல் பழைய நிலைக்கு மாறும்.

முகத்தில் கரும்புள்ளிகள் இருந்தாலும், எண்ணெய் வடியும் முகமாக இருந்தாலும் இதே போல் முள்ளங்கி விதைத் தூளை வினிகரில் கலந்து பூசி வந்தால் முகம் பளபளப்பாக மாறும்.

முள்ளங்கி விதையில் உள்ள ஒரு விதமான பிளீச்சிங் பொருளும், சிறிதளவே உள்ள செம்பு, சிலிக்கான் ஆகிய உப்புகளுமே வெண்மை யான தோலையும், படர் தாமரையையும், கரும்புள்ளிகளையும் மாற்றி தோலை பளபளப்பாக பழைய நிலைக்குக் கொண்டு வருகிறது.

காய்ச்சல் குணமாக

காய்ச்சல், வாத நோய், மண்ணீரல் பிரச்னைகள், பசியின்மை, குடலில் புழுக்கள், விந்துக் குறைபாடு, மூலம், கல்லீரல் பிரச்னைகள் என அனைத்திற்கும் முள்ளங்கியும் கேரட் சாம்பாரும் மிகவும் நல்லது.

இத்துடன் முள்ளங்கிக் கீரைப் பொரியலும் இடம் பெற வேண்டும். நெஞ்செரிச்சல், நெஞ்சு வலி, நீரிழிவு, குடல் கோளாறு போன்றவற்றை கீரைப் பொரியல் குணமாக்குவதுடன் உடலுக்குக் குளிர்ச்சியையும் தரும்.

கேரட்டிலும் கீரையிலுள்ள உள்ள ஆர்செனிக் (Arsenic) தைராய்டு சுரப்பி சிறப்பாக வேலை செய்யத் தூண்டுவதால் காய்ச்சல் விரைந்து குணமாகிறது. உடலும் சக்தியுடன் திகழ்கிறது.

உடலும் மனம் சோர்வாக இருந்தால் மூன்று நாள்கள் தலா இரு வேளை முள்ளங்கி கேரட்டும், கீரைப் பொரியலும் சேர்த்து வாருங்கள்.

இதனால் தைராய்டு சுரப்பி எழுச்சி பெற்று உடலும் மனமும் உற்சாகம் பெறும்.

இருமலா?

அடிக்கடி பலத்த சத்தத்துடன் 'டபடப' என்றும் அல்லது ரகசியமாகச் சத்தமின்றியும் வாயு பிரியும் (Gas) மனிதர்களும், நிறைய காபி, டீ அருந்துபவர்களும், எப்போதும் இருமிக்கொண்டே இருப்பவர்களும் பூண்டும் இஞ்சித் துண்டுகளும் சேர்த்த கீரைப் பொரியலை வாரத்தில் நான்கு வேளையாவது உணவில் சேர்த்து வரவும். இதனால் மேற்கண்ட மூன்று பிரச்னைகளும் விடை பெறும்.

மலட்டுத்தன்மைக்கு குட்பை!

முள்ளங்கியைப் போலவே அதன் கீரையும் மலட்டுத் தன்மையையும், ஆண்மைக் குறைவையும் பெண்மைக் குறைவையும் குணமாக்குகிறது. கீரையிலும் இதற்காக ஆர்ஜினைன் என்ற ஆக்ஸாலிக் அமிலம் இருக் கிறது.

இந்த மேற்கண்ட மூன்று குறைகளும் அகல மதியம் கீரைப் பொரியல் சாப்பிடவும். இரவில் தலா 256 மில்லி கிராம் முள்ளங்கி, கேரட் சாற்றில் இரண்டு தேக்கரண்டி தேன் சேர்த்து அருந்தி விட்டு, இரவு உணவைச் சாப்பிடவும். இதனால் ஆர்ஜினைன் தாராளமாக இருந்து தாம்பத்தியத் தில் ஆர்வம் அதிகரிக்கும். கணவன் மனைவி இருவரும் மேற்கண்ட முறையில் சாப்பிட வேண்டும்.

பற்கள் பலம் பெறும்

கீரையைப் பச்சையாகச் சாப்பிடும் முன்பு கீரையை நன்கு கழுவ வேண்டும். பிறகு கீரையை மென்று சாப்பிட பற்கள் பலம் பெறும். உமிழ் நீர் நன்கு சுரக்கும்.

மூல நோய் குணமாக

முள்ளங்கிச் சாறும், முள்ளங்கி கீரைச் சாறும் மூலத்தை முழுமையாகக் குணப்படுத்துகின்றன. 50 மில்லி கிராம் முள்ளங்கிக் கீரைச் சாற்றை காலையும் மாலையும் அருந்தி வந்தால் மூல நோய் முழுமையாகக் குணமாகும்.

மேற்கு ஆசியாவில்தான் முள்ளங்கி முதன்முதலாகத் தோன்றியது. பண்டைய காலத்தில் எகிப்து, கிரீஸ், ரோம் போன்ற நாடுகளில் முள்ளங்கியும் அதன் கீரையும் மிகவும் பிரபலமான உணவு மருந்தாக இருந்தன. இப்போதுதான்!

அரிசி உணவைப்போல் ஜப்பானியர்களின் அன்றாட உணவாக முள்ளங்கி திகழ்கிறது. நெஞ்சு வலி, மலச் சிக்கல் போன்றவை விரைந்து குணமாவதால் தங்கள் உணவில் முள்ளங்கியும், முள்ளங்கிக் கீரையும் தினமும் இடம் பெறுமாறு ஜப்பானியர்கள் பார்த்துக் கொள்கின்றனர்.

நாமும் முள்ளங்கிக் கீரையை அலட்சியம் செய்யாமல் நம் உணவில் சேர்த்துக் கொண்டு நலமடைவோம்.

மணத்தக்காளி

முதுமைத் தோற்றத்தைத் தள்ளிப்போடும் அசகாயக் கீரை

தூக்கமின்மையால் அவதிப்படுகிறவர்கள் மணத்தக்காளிக் கீரையையும், வற்றலையும் உணவில் சேர்த்து வந்தால் இரவில் ஆழ்ந்து தூங்கு வார்கள்.

காரணம், கீரையிலும், வற்றலிலும் நரம்பு மண்டலத்தை அமைதிப் படுத்தும் கால்சியம் உப்பும், மூளையை அமைதிப்படுத்தும் பாஸ்பரஸ் உப்பும் தாராளமாக இருப்பதே.

தினசரி சாப்பிட வேண்டிய அரிய கீரையான மணத்தக்காளியின் ஆங்கிலப் பெயர் 'பிளாக் நைட் ஷேட் (Black Night Shade)' என்பதாகும்.

100 கிராம் கீரையில் உள்ள சத்துகள்

புரதம்	-	*5.9 கிராம்*
கொழுப்பு	-	*1 கிராம்*
மாவுப் பொருள்கள்	-	*9 கிராம்*
இரும்பு	-	*21 மில்லி கிராம்*
பாஸ்பரஸ்	-	*70 மில்லி கிராம்*
கால்சியம்	-	*410 மில்லி கிராம்*
வைட்டமின் சி	-	*11 மில்லி கிராம்*
நியாசின்	-	*0.60 மில்லி கிராம்*

ரிபோ ஃபிளவின்	-	*0.9 மில்லி கிராம்*
கிடைக்கும் ஆற்றல்	-	*63 கிலோ கலோரிகள்*

உடல் உறுதி பெற தினமும் சமைத்துண்ண வேண்டிய கீரை இது.

ஆஸ்துமா குணமாக...

ஆஸ்துமாவும் எலும்பு மெலிவு நோயும் குணமாக இக் கீரையில் தாராளமாக உள்ள கால்சியம் உதவுகிறது. இத்துடன் ரத்த சோகையைக் குணமாக்கும் இரும்பும் இக் கீரையில் தாராளமாக உள்ளன.

விஷம் வெளியேறும்

100 கிராம் கீரையில் *5* கிராம் நார்ச் சத்தும் இருக்கிறது. இதனால் கொலஸ்ட்ரால், கழிவுப் பொருள்கள், உணவு மற்றும் மருந்துகளின் மூலம் சேர்ந்த விஷப் பொருள்களும் உடனே வெளியேற்றப்படு கின்றன. இந்த மணத்தக்காளிக் கீரையையும் மணத்தக்காளி வற்றலையும் எப்படிச் சமைத்துச் சாப்பிட்டாலும் மலச் சிக்கலும் விஷப் பொருள்களும் உடனே அகலும்.

எப்படிச் சாப்பிடுவது?

மணத்தக்காளிக் கீரை சிறிது கசப்புச் சுவையை உடையது. இதனால் பாசிப் பருப்பு அல்லது துவரம் பருப்பு சேர்த்துச் சமைக்கும்போது தேங்காய்த் துருவலும் சேர்த்தால் கசப்புச் சுவை மறைந்து விடும்.

மேலும் கீரையில் வைட்டமின் சி குறைவாக இருப்பதால் கீரையைச் சமைத்ததும் அதில் ஓர் எலுமிச்சம் பழத்தைப் பிழிந்து விடவும். இதனால் வைட்டமின் சி நன்கு கிடைத்து கீரையில் உள்ள இரும்புச் சத்து தடையின்றி உடலில் கிரகிக்கப்பட்டு விடும்.

கீரையைத் துவரம் பருப்பு, வெங்காயம் சேர்த்துக் கடைந்து நெய் சேர்த்துச் சாதத்தில் பிசைந்து சாப்பிடுவதே நல்லது. இதில் உங்கள் விருப்பப்படி பாசிப் பருப்பும் சேர்க்கவும். இதனால் காய்ச்சல் குணமாகும். உடல் நலம் புதுப்பிக்கப்படும்.

வாய்ப் புண், நாக்குப் புண், சளி, கர்ப்பிணிகளுக்கு ஏற்படும் வாந்தி, இருமல், குடல் புண் போன்றவை குணமாக கீரையுடன் கடலைப் பருப்பு, தேங்காய்த் துருவல் சேர்த்துப் பொரியலாகச் சாப்பிட்டு வர வேண்டும்.

நன்றாகத் தூங்க...

கீரையுடன் பூக்களையும் பொரியல், பச்சடி ஆகியவற்றில் சேர்த்துப் பயன்படுத்தலாம்.

ஒரு டம்ளர் கீரை கஷாயத்தில் ஒரு தேக்கரண்டி தேன் சேர்த்து அருந்தினால் இதயம், சிறுநீரகம், குடல் ஆகியவை பலப்படும்.

மணத்தக்காளி வற்றலைக் கடைகளில் வாங்கலாம். இவற்றைக் குழம்பாக வைத்து இரவு உணவில் சேர்த்துக் கொண்டால் உடல் வலி, மனக் கவலை குணமாகி ஆழ்ந்த தூக்கம் வரும்.

மீன் சாப்பிட்டதும் ஒரு வித மனத் திருப்தி ஏற்படுமே, அதே மனத் திருப்தியை இக் கீரைப் பொரியலும் தருகிறது. காரணம் இதில் தாராளமாக உள்ள புரதச் சத்தே.

கல்லீரல் பெற...

50 கிராம் கீரையை மிக்ஸி மூலம் சாறாக்கி ஏதேனும் ஒரு டம்ளர் பழச் சாறுடன் சேர்த்து அருந்தினால் கல்லீரல் பலம் பெறும். இந்தச் சாறு மூல வியாதியையும் வயிற்று வலியையும் கூடக் குணமாக்கும் என்பது குறிப்பிடத் தக்கது.

அழகு... ஆரோக்கியம்... உற்சாகமான மனம்... உறுதியான உடல்!

இந்த நான்கிற்கும் மணத்தக்காளிக் கீரை சிறந்த நண்பன். கீரையில் தாராளமாக உள்ள புரதம் மீன், கோழி உண்பவர்களுக்குக் கிடைக்கும் திருப்தியையும் மகிழ்ச்சியையும் உடனே தந்து விடுகிறது. கால்சியமும் இரும்புச் சத்தும் உறுதியான உடற் கட்டையும் ஆரோக்கியத்தையும் புதுப்பித்துத் தந்துவிடுகிறது. இதனால் ரத்தம் சுத்தமாகி தோலும் பளபளப்பாகி அழகுடன் காட்சியளிக்கலாம்.

வீக்கம் குறைய

உடலில் அதிகச் சூடு, வீக்கம், மேக வெட்டை என்றால் இக் கீரைச் சாற்றை 30 மில்லி வீதம் தினசரி இரண்டு வேளை தயாரித்து அருந்தவும். கால் கைகளில் வீக்கம் இருந்தால் மணத்தக்காளிக் கீரையைப் பொரியல், பச்சடி என்று தயாரித்துச் சாப்பிடவும்.

காய்ச்சல் என்றால் மணத்தக்காளி கீரை சூப் மிகவும் நல்லது. இந்தச் சூப்பை அருந்தியதும் உடல் நன்றாக வியர்த்து விடும். உடல் வியர்த்து விட்டாலே ஜுரம் அகன்று விடும்.

தோல் வியாதிகள்

எல்லாவிதமான தோல் வியாதிகளையும் மணத்தக்காளிக் கீரைச் சாறு குணமாக்கும். 25 மில்லி கீரைச் சாற்றை ஒரு டம்ளர் மோர் அல்லது தேங்காய்ப் பாலில் கலந்து காலையில் மட்டும் அருந்தி வரவும்.

நாள்பட்ட தோல் வியாதிகளை குணமாக்க மருந்து மாத்திரைகளுடன் இந்தக் கீரைச் சாறும் உங்கள் உணவில் இடம் பெற்றால் பூரண குணம் உறுதி.

குழந்தை பாக்கியம் கிட்டும்

புதுமணத் தம்பதிகள் கருத்தரித்து குழந்தை பிறக்கும்வரை மணத்தக்காளி கீரையுடன் மணத்தக்காளிப் பழத்தையும் வற்றலையும், சாப்பிட்டு வர வேண்டும். இருவருக்கும் தாம்பத்திய உணர்வு குறைந்து விடாமல் இப்பழம் பார்த்துக் கொள்கிறது. மேலும் பழத்திலும் கீரையிலும் ஃபோலிக் அமிலம் தாராளமாக இருப்பதால் ஆரோக்கியமான மூளை வளர்ச்சி உள்ள குழந்தையே பிறக்கும்.

ஆண் குரலில் பேசும் பெண்களின் குரல் இனிமையான பெண் குரலாக மாறவும் மணத்தக்காளி வற்றல் குழம்பும், கீரைப் பொரியலும் உதவும். பாடகர்களும், தொண்டை அழற்சி உள்ளவர்களும் இதன் மூலம் நல்ல குரல் வளத்தைப் பெற முடியும். தொண்டை தொடர்பான பிரச்னை களும் குணமாகும்.

மணத்தக்காளிப் பழங்களைச் சாறாக்கி அருந்தினால் சிறுநீர் நன்கு பிரியும். தாம்பத்தியத்திலும் ஆர்வம் அதிகரிக்கும். கீரையைப் போலவே பழமும் நல்ல மனத்தைப் புதுப்பிக்கவும் (ஃபோலிக் அமிலத்தின் உதவியால்) உதவுகிறது.

உடல் நலனைப் புதுப்பிக்கும் இக் கீரைச் செடி மழைக் காலங்களில் நன்கு செழித்து வளர்கிறது. இதனால் மழைக் காலத்தில் காய்ச்சல் இன்றி வாழ இக் கீரையை நம் உணவில் நன்கு சேர்த்து வர வேண்டும்.

மணத்தக்காளியின் தாயகம் மேற்கு ஆப்பிரிக்கா. இப்போது உலகம் முழுவதும் இது நன்கு வளர்கிறது.

சதகுப்பை கீரை

ஏராள மருத்துவ குணங்கள் கொண்ட நன்மைக் கீரை

மென்தால் என்ற பொருளால் புதினாக் கீரை மிகவும் மணமுள்ளதாக இருக்கிறது. அதை விட அதிகம் மணமுள்ள கீரை சதகுப்பை கீரை. இதன் ஆங்கிலப் பெயர் டில் (Dill) என்பதாகும்.

கொஞ்சம் கசப்பாக இருப்பதால் சதகுப்பை கீரையைப் பலர் தவிர்க்கின்றனர். ஆனால், இது சிறந்த மருத்துவக் குணங்கள் கொண்ட கீரையாகும்.

சகலவிதமான நோய்களுக்கும்...

நெஞ்செரிச்சல், வாயுக் கோளாறு, செரிமானமின்மை, வயிற்றுப் பொருமல், மலக் கட்டு, கர்ப்பப் பை அசுத்தம், சிறுநீர் நன்கு பிரியாதது, தாய்ப் பால் நன்கு சுரக்காதது ஆகிய பிரச்னைகளுக்கு சதகுப்பை கீரையைத் தொடர்ந்து சமைத்துச் சாப்பிட்டு வந்தால் போதும்.

இதற்காக சதகுப்பை கீரையைத் துவரம் பருப்பு சேர்த்துச் சமைத்துச் சாப்பிடலாம். உடலில் பித்தம் உள்ளவர்கள் புளிச்சக் கீரையையும் இக் கீரையுடன் சேர்த்துச் சமைத்தால் போதும். அனைவருக்கும் நன்மை செய்யும் கீரை இது.

தாய்ப் பால் நன்கு சுரக்கவும், பெண்கள் அழகாகத் திகழவும் இக் கீரையை அடிக்கடி உணவில் சேர்த்து வரவும். குறிப்பாக பெண்களுக்கு வரும் சூதகச்

சிக்கலை, இக் கீரை தீர்க்கிறது. சூதகக் கட்டைத் தவிர்ப்பதற்காக வாவது பெண்கள் இக்கீரையை அடிக்கடி உணவில் சேர்க்க வேண்டும்.

வளரும் குழந்தைகளுக்கான இரும்பு, கால்சியம், புரதம் போன்றவை போதிய அளவில் இக் கீரையில் உள்ளன. கிடைக்கும் சக்தி 53 கிலோ கலோரிகள்.

கைக் குழந்தைகளின் கிரைப் வாட்டரில் சதகுப்பை கீரை விதையில் இருந்து எடுக்கப்படும் எண்ணெய் (Dill Oil) கலந்துள்ளது. இது குழந்தை யின் வயிற்றுப் பொருமலை உடனே குணமாக்கி விடுகிறது.

ஈரல், இரைப்பை, நுரையீரல் முதலிய உறுப்புகளில் உள்ள விஷப் பொருள்கள் வெளியேற இக் கீரை உதவுகிறது.

மிருதுவான இலைகளையும் வெளிர் மஞ்சள் நிற விதைகளையும் கொண்ட இந்தக் கீரைச் செடியின் தாயகம் ஐரோப்பா ஆகும். இந்தியா வின் எல்லாப் பகுதிகளிலும் இக் கீரை பயிரிடப்படுகிறது.

கீரை உணவுக்காகவும், சக்தி வாய்ந்த விதைக்காகவும் இக் கீரையைப் பயிரிடுகின்றனர்.

ரத்த சோகை நோயாளிகளுக்கும் கர்ப்பிணிகளுக்கும் சதகுப்பை கீரைச் சாறு மிகச் சிறந்த உணவு மருந்தாகும். வாத நோய் வந்து விடாமல் தடுக்கும். இவற்றில் உள்ள காரச் சத்து நோய்கள் தாக்காமல் பார்த்துக் கொள்ளும்.

உதிரப் போக்கை நிறுத்தும்

கீரையையும், விதையையும் தனித் தனியாக கஷாயமாகத் தயாரித்து அருந்தும் பெண்களுக்கு அதிக ரத்தப் போக்கு உடனே குணமாகும்.

அஜீரணத்தை மிக வீரியத்துடன் இந்த சதகுப்பைக் கீரை குணமாக்குகிறது. இதனால் மஞ்சள் நிறத்தில் காணப்படும் சதகுப்பை கீரை எண்ணெயை வாங்கி வைத்துக் கொண்டால் நல்லது. 'பிஷப் ஆயில்' என்ற பெயரில் இந்த எண்ணெய் கிடைக்கும். அரை தேக்கரண்டி எண்ணெயை ஒரு டம்ளர் தண்ணீரில் கலந்து அருந்தினால் அஜீரணமும் பெண்களின் சூதக வலியும் குணமாகும்.

நச்சுக் கொட்டைக் கீரை

நச்சுகளை நீக்கும் நயமான கீரை

நச்சு அகற்றிக் கீரை என்பதே சரி. ட்ரீ லெட்டூஸ் (Tre Lettttuce) என்றும் ஆங்கிலத்தில் சொல்லப்படும் நச்சகற்றிக் கீரையை 'லஜ்ஜை கெட்ட கீரை' என்றும் குறிப்பிடுகின்றனர்.

வீடுகளின் முன் பக்கம் குரோட்டன்ஸ்போல் அழகுக்காக வளர்க்கப் படும் இந்தக் கீரையில் புரதம், கால்சியம், இரும்பு, பாஸ்பரஸ், வைட்டமின் சி, பி குரூப் வைட்டமின்கள் என சத்துகளின் இருப்பிடமாக இக் கீரை திகழ்கிறது.

பாலக் கீரை இலையை விடப் பெரிதாக உள்ள கீரை இது. உள்ளங்கை அளவு உள்ள இக் கீரையில் இளம் இலைகள் நல்லது. முற்றிய இலையில் கால்சியம் மட்டுமே இரு மடங்கு அதிகமாக இருக்கிறது.

உணவின் மூலமும் மருந்துகளின் மூலமும் உடலில் சேர்ந்துள்ள நச்சுக்களை நீக்கி, உடல் ஆரோக்கியத்தைப் புதுப்பிக்கும் கீரை இது. உடம்பு வலி உறுதியாகக் குணமாகும்.

மூட்டு வலி, வாத நோய், குதிகால் வலி, தோல் நோய்கள், கல்லீரல் பிரச்னை போன்றவை விரைந்து குணமாகும்.

வாரம்தோறும் ஞாயிறு மட்டும் பகல் நேர உணவில் இக் கீரையைச் சேர்த்துக்கொள்வது நல்லது.

இதனால் திங்கள் கிழமை புத்துணர்வுடன் கூடிய நாளாக நமக்குத் தொடங்கும்.

உடல் உறுதிக்கு...

நஞ்சுகள் அகலவும் உடல் வலிமை பெறவும் இளம் இலைகளில் உள்ள நரம்புகளை நீக்கி விட்டுச் சிறு சிறு துண்டுகளாக நறுக்கி, அதை நெய் யில் போட்டு வதக்கவும். பிறகு இந்த நச்சுக் கொட்டைக் கீரையுடன் துவரம் பருப்பு, புளி, உப்பு, வெங்காயம் ஆகியவற்றைச் சேர்த்துக் கடைய வேண்டும். இந்தக் கலவையைச் சாதத்தில் போட்டுப் பிசைந்து சாப்பிட்டால் நச்சுகள் அகன்று உடல் உறுதி பெறும்.

எப்படிச் சமைப்பது?

இக் கீரையைப் பொரியலாகத் தயாரிக்கும்போது தேங்காய்த் துருவல் சேர்க்க வேண்டும். சூப்பாகத் தயாரிக்கும் போது இஞ்சி, பூண்டு, புதினா சேர்க்க வேண்டும்.

வாத நோயாளிகள் விரைந்து குணமாகி நன்கு நடக்க வாரம் ஒரு வேளையாவது நச்சகற்றிக் கீரையை உணவில் சேர்த்து வரவும்.

எல்லா நோய்களும் குணமாகி ஆரோக்கியம் சீராகத் தொடர கீரையை சமைக்க வேண்டிய விதம்.

20 கீரை இலைகள் (இரண்டு கைப்பிடி அளவு), பாசிப் பருப்பு 1/2 கப், தாளிக்க: கடுகு, உளுத்தம் பருப்பு, சீரகம், பெருங்காயம் தலா அரை தேக்கரண்டி, நல்லெண்ணெய் 2 தேக்கரண்டி, இரண்டு வர மிளகாய் தேவையான அளவு உப்பு.

பாசிப் பருப்பை அரை மணிநேரம் ஊற வைக்கவும். கீரையை நன்கு கழுவி சிறு துண்டுகளாக நறுக்கவும்.

கீரையையும் பருப்பையும் இரண்டு டம்ளர் தண்ணீர் விட்டு வேக வைத்து உப்பைச் சேர்க்கவும்.

பிறகு நல்லெண்ணெயைக் காய வைத்து தாளிக்க வைத்துள்ள பொருள் களைத் தாளிக்கவும். பிறகு அதில் இரண்டு வர மிளகாயையும் கிள்ளிப் போடவும்.

பிறகு இந்தக் கீரைக் கலவையை நன்றாகக் கலக்கிய பிறகு பரிமாறினால் மிகவும் சுவையாக இருக்கும்.

அகத்திக் கீரை மண்டி போலத் தயாரித்தால் இரவு உணவிலும் இக் கீரையைச் சேர்த்துக் கொள்ளலாம்.

உடம்பு கலகலவென்று இருக்க வாரத்திற்கு இரண்டு வேளை இந்த நச்சகற்றிக் கீரையை உணவில் சேர்த்து வருவது நல்லது. பேதி மருந்து, ஆயுர்வேத மஜாஜ் சிகிச்சை, மூலிகை சிகிச்சை ஆகியவற்றைப் போல உள்ளுறுப்புகளைச் சுத்தம் செய்யும் கீரை இது.

அலட்சியம் செய்யாமல் இந்தக் கீரைக்கும் முக்கியத்துவம் கொடுப்போம்.

வெந்தயக் கீரை

சொறி, சிரங்குகளைக் குணமாக்கும் மருத்துவக் கீரை

வெந்தயக் கீரையும், விதையும் சிறந்த உணவு மருந்துகளாகும். வெந்தய விதையை நீரிழிவு நோயாளிகள் மட்டுமே நன்கு பயன்படுத்து கின்றனர். ஆனால், அவர்கள் கூட அடிக்கடி வெந்தயக் கீரையை உணவில் சேர்ப்பதில்லை.

சற்றே கசப்புச் சுவையை உடைய சிறிய இலைகளைக் கொண்ட ஒரு வகைக் கீரை இது. வெந்தயக் கீரையின் ஆங்கிலப் பெயர் பெனுக்கிரீக் (Fenugreek) என்பதாகும்; இந்தியில் மேதி (Methi) என்றும் அழைக்கின் றனர்.

குணமாகும் நோய்கள்

உடலுக்கு அதிகக் குளிர்ச்சியைத் தரக் கூடிய கீரை இது. இதனால் உடல் சூடு தணியும். நீரிழிவு, அஜீரணம், மாத விலக்குப் பிரச்னைகள், சிறுநீரகக் கோளாறுகள், சொறி சிரங்குகள், ஆண்மைக் குறைவு, உடல் பருமன், இடுப்பு வலி, நெஞ்சு வலி, பித்தக் கோளாறுகள் முதலியன வெந்தயக் கீரையால் விரைந்து குணமாகும்.

இதற்காகக் கீரையுடன் பாசிப் பருப்பு, தக்காளி, வெங்காயம் சேர்த்துக் கூட்டாகத் தயாரிக்கலாம்.

கீரைக் கூட்டை சப்பாத்தி, பூரி ஆகியவற்றுடன் சேர்த்துச் சாப்பிட்டால் இடுப்பு வலி, உடம்பு வலி முதலியன குணமாகி இரவில் நல்ல தூக்கம் வரும். அதற்கு ஏற்ப இக் கீரையில் இரும்பும், கால்சியமும் தாராளமாக உள்ளன.

சப்பாத்தி, பூரியிலும் இரும்புச் சத்து இருப்பதால் ரத்த சோகையும் குணமாகும். இரவில் ஆழ்ந்த தூக்கம் வரும்.

100 கிராம் வெந்தயக் கீரையில்...

சத்துகள்	**வெந்தயக் கீரை**	**வெந்தய விதை**
புரதம்	4.4 கிராம்	26 கிராம்
கொழுப்பு	0.9 கிராம்	6 கிராம்
நார்ச் சத்து	1.1 கிராம்	7.2 கிராம்
மாவுப் பொருள்கள்	6 கிராம்	43 கிராம்
கால்சியம்	390 மி.கி.	160 மில்லி கிராம்
பாஸ்பரஸ்	60 மி.கி.	370 மில்லி கிராம்
இரும்பு	17 மி.கி.	14 மில்லி கிராம்
வைட்டமின் சி	52 மி.கி.	---
கரோட்டீன்	2340 மைக்ரோ கிராம்	96 மைக்ரோ கிராம்

இத்துடன் மக்னீஷியம், பொட்டாசியம், சோடியம், செம்பு, கந்தகம், குளோரின் போன்றவையும் பி குரூப் வைட்டமின்களைச் சேர்ந்த தயாமின், ரிபோ ஃபிளவின், நியாசின் போன்றவை சிறிதளவும் உள்ளன.

வெந்தய விதையில் பொட்டாசியம் உப்பு, கீரையில் இருப்பதை விட 18 மடங்கு அதிகமாக இருக்கிறது. கீரை தரும் சக்தி 50 கிலோ கலோரிகள். விதை தரும் சக்தி 330 கிலோ கலோரிகளாகும்.

அமினோ அமிலங்கள் தாராளமாக இருப்பதால் சிறிதளவே இந்தக் கீரையைச் சாப்பிட்டாலும் போதிய அளவு வயிறு நிரம்பி புரதம் கிடைத்து விடும்.

ஜீரணமாக

வெந்தயக் கீரையை நன்கு சுத்தம் செய்து துவரம் பருப்பு, உப்பு சேர்த்துக் கடைய வேண்டும். பிறகு இதைத் தாளித்து, நெய் சேர்த்து, சாதத்தில்

பிசைந்து சாப்பிட்டால் செரிமானம் சீராகும். சாதாரணமாக இந்தக் கடையலும் கூட்டும் பார்வைத் தெளிவை நன்கு தரும். அந்த அளவிற்குக் கரோட்டீன் சத்து கீரையில் இருக்கிறது.

இந்த வெந்தயக் கீரையில் இரும்புச் சத்து தாராளமாக இருப்பதால் ரத்தம் சுத்தமாகி சொறி, சிரங்குகள் விரைந்து குணமாகும். வாய் நாற்றம் அகலும். வாய்ப் புண், மூல நோய், மலக் கட்டு போன்ற பிரச்னைகளும் அகலும். நெஞ்செரிச்சல் குணமாகும். வைட்டமின் ஏயும் இரும்புச் சத்தும் உடலை அழகான மேனியாக மாற்றி விடும்.

பித்தத்தை விருத்தி செய்கிறது. அதனால் பித்த உடம்புக்காரர்களும் காபி, தேநீர் அதிகம் சாப்பிடுகிறவர்களும் இக் கீரையைத் தவிர்க்கலாம்.

உடல் உறுதிக்கும் சுறுசுறுப்பிற்கும்...

தினமும் வெந்தயக் கீரையை அளவுடன் சாப்பிட்டு வந்தால் வாயுத் தொல்லை, உடல் பலவீனம், வாதம், மந்தப் புத்தி முதலியன குணமாகும். இக்கீரையில் தாராளமாக உள்ள பாஸ்பரஸ் உப்பால் புத்திசாலியாக சுறுசுறுப்புடன் வாழலாம்.

கடையல் அல்லது கூட்டாக இந்தக் கீரையை உண்டு வந்தால் மேற்கண்ட பலன்கள் உறுதியாக உண்டு.

இடுப்பு வலி

இட்லி, தோசை, சாம்பார் போன்றவற்றில் சேரும் வெந்தயமும், வெந்தயக் கீரைக் கூட்டும் இடுப்பு வலி, முதுகு வலி போன்றவற்றைக் குணமாக்கும். இருப்பினும் கீழ்க்கண்ட இரு முறைகளில் வெந்தயக் கீரையை உணவில் சேர்த்து வந்தால் இடுப்பு வலி முழுமையாகக் குணமாகும்.

நெய்யில் கீரையை வதக்கி இதில் தேங்காய்ப் பால் சேர்த்துச் சாப்பிட வும். இத்துடன் ஒரு அவித்த முட்டையையும் சேர்த்துச் சாப்பிடவும். இதனால் இடுப்பு வலி குறைய ஆரம்பிக்கும்.

காய்ச்சல், நீரிழிவு, தலைவலி நிவாரணம்

காய்ச்சல், நீரிழிவு, தலை வலி, தூக்கமின்மை போன்ற பிரச்னைகளுக்கு 25 மில்லி வெந்தயக் கீரைச் சாற்றில் இரண்டு தேக்கரண்டி தேன் சேர்த்து அருந்தி வந்தால் போதும். இந்தச் சாறு உடல் பருமனையும் குறைக்கும். ஆண்மைக் குறைவையும் போக்கும். இதற்காக ஆர்ஜினைன் என்ற அமினோ அமிலம் கீரையில் தாராளமாக இருக்கிறது.

வெந்தய விதை பொன்னிறமாக இருக்கும். இதைத் தேநீராகத் தயாரித்து சர்க்கரை சேர்த்து அருந்தினால் காய்ச்சல் குறைய ஆரம்பிக்கும். அதற்கு ஏற்ப உடல் உடனே வியர்த்துக் குளிரும். காய்ச்சலும் குறைய ஆரம்பிக்கும்.

வெந்தயக் கீரைச் சாறை தலையில் தேய்த்துக் குளித்தால் பேன் போய் விடும். முடி நன்கு செழித்து வளரும்.

வெந்தயத்தைப் பொடி செய்து ஒரு டப்பாவில் வைத்துக் கொள்ளவும். காலையில் எழுந்ததும் ஒரு சிட்டிகைப் பொடியை வாயில் போட்டுக் கொண்டு தண்ணீர் குடித்தால் நீரிழிவு நோய் கட்டுப்பாட்டில் இருக்கும்.

மஞ்சள் காமாலை... பசியின்மை

ஒரு தேக்கரண்டி வெந்தயத்தை ஒரு டம்ளர் தண்ணீரில் ஆறு மணி நேரம் ஊற வைக்கவும். பிறகு அதை கால் டம்ளராக வரும்வரை அடுப்பில் காய்ச்சவும். பிறகு அதில் இரண்டு தேக்கரண்டி தேன் சேர்த்து அருந்தவும்.

இதனால் குடிகாரர்களின் குடல் புண்கள் குணமாகும். கல்லீரல் பலம் பெறும். மஞ்சள் காமாலை, கீல் வாதம், ரத்த சோகை, ஒழுங்கற்ற மாத விலக்கு முதலிவை விரைந்து குணமாகும்.

தாய்ப் பால் நன்கு சுரக்க கீரைக் கூட்டும், வெந்தயக் குழம்பும் பிரசவித்த பெண்களுக்கு நன்கு உதவும்.

வெந்தயக் கீரைக் கூட்டுப் பசியின்மையையும் பேதியையும் போக்கும். பேதி வராமல் தடுக்கும்.

கீரையில் தாராளமாக உள்ள பொட்டாசியம் உப்பு ரத்தக் கொதிப்பு, பக்கவாதம், மாரடைப்பு போன்றவற்றைத் தடுக்கும். கால்சியம் இதயம் நன்கு செயல்பட உதவும். இதயத்திற்கு நன்மை செய்யும் கீரை இது.

வாயுத் தொந்தரவு, வாந்தி, பேதி, இருமல், மூட்டு வலி, குடல் புழுக்கள் போன்றவையும் குணமாகும்.

அதிக அளவு பலன் பெற

கீரையை சமைப்பதுடன் சாறு போன்றவகையில் அருந்துவது நல்லது. சூப்பாக அருந்துவது மிக மிக நல்லது. இதில் தேங்காய்ப் பால் அவசியம் சேர வேண்டும்.

சாறாக அருந்தினால் தேனும் எலுமிச்சம் பழச் சாறும் அதில் சேர வேண்டும்.

தண்ணீரில் வேக வைத்து அல்லது இட்லி அவிப்பது போல அவித்தோ கீரையை கீரைப் பொரியல், கூட்டு, கடையல் என்று தயாரிக்கவும்.

கீரையைச் சாறாக மாற்றி அதையே சூப்பாகவும் தயாரிக்கலாம்.

கர்ப்பிணிகளுக்கு...

கர்ப்பிணிகளுக்கு ஏற்படும் காய்ச்சல், உணவு செரியாமை, வயிற்று மந்தம் முதலியவை குணமாக இரண்டு தேக்கரண்டி வெந்தயக் கீரைச் சாற்றைக் கொடுக்கவும். பிறகு மதிய உணவில் வெந்தயக் கீரைக் கூட்டு அல்லது சூப் சாப்பிடக் கொடுக்கவும் (வெந்தயக் கீரையை மிக்ஸி மூலம் சாறாக்கி வடிகட்டி, பிறகு கொடுக்க வேண்டும்). இது மூலத்தையும் குணமாக்கும் சாறு.

அதிக ரத்தப் போக்கு உடனே மட்டுப்பட அரை டம்ளர் கீரைச் சாற்றில் உலர் திராட்சை இரண்டு தேக்கரண்டி அளவு சேர்த்துக் கொடுக்கவும். 50 கிராம் கீரையுடன் உலர் திராட்சையையும் (Raisn) சேர்த்தே மிக்ஸி யில் அரைக்கவும். அல்லது தனியே அரைத்துச் சாறில் சேர்க்கலாம்.

1500 ஆண்டுகளாக எகிப்தியர்கள் குழந்தைப் பாக்கியம் பெற வெந்தயக் கீரையை நன்கு சாப்பிட்டு வருகின்றனர்.

கொலஸ்ட்ராலும் குறையும்

வெந்தயக் கீரையும் வெந்தயமும் ரத்தத்தில் சர்க்கரையைக் கட்டுப்படுத்து வதுடன் கொலஸ்ட்ராலையும் கட்டுப்படுத்துவதாக 2007ம் வருஷம் ஏசியா பசிபிக் ஜர்னல் ஆப் கிளினிக்கல் நியூட்ரிசன் இதழில் எழுதியுள்ளார். இதயத்துக்கு இதமான உணவு மருந்து இது. முழுக்க முழுக்க மருத்துவப் பயன்பாட்டிற்காகவே இந்தக் கீரையையும் விதை யையும் உலகம் பயன்படுத்துகிறது. இப்படி ஓர் அதிசயமான கீரை, வெந்தயக் கீரையும் அதன் விதைகளும்.

மூச்சுக் குழல் தொடர்பான பிரச்னைகள், நரம்புத் தளர்ச்சி, தூக்கமின்மை, வீக்கம், ஒவ்வாமை, கீல் வாதம், ஊளைத் தசை, செரிமானமின்மை முதலியவற்றிற்கும் இந்தக் கீரை மிகச் சிறந்த உணவு மருந்தாகும்.

கீமோ தெரபி சிகிச்சை எடுத்துக்கொள்ளும் புற்று நோயாளிகளுக்கு மிகச் சிறந்த உணவு மருந்து வெந்தயக் கீரை என்கிறது 2006ம் ஆண்டு அக்டோ பரில் வெளியான Food and Chemical Toxicology Journal என்ற இதழ்.

ஆயுர் வேதம் இளமையை மீட்டுத் தரும் அரிய கீரை இது என்கிறது. மேற்கத்திய நாடுகள் இக்கீரையில் உள்ள டிரிகோநெல்லைன் (Trigonel line) என்ற காரப் பொருள் கல்லீரல் மற்றும் கழுத்துப் பகுதியில் உள்ள

புற்றைக் குணப்படுத்துவதைக் கண்டுபிடித்துள்ளனர். இதனால் இக் கீரையைப் பயன்படுத்தி வெற்றி பெற்றுள்ளனர்.

மேற்கு ஆப்பிரிக்காவில்தான் இக் கீரை முதலில் தோன்றியது. ஈராக்கில் 4000 ஆண்டுகளாக இக் கீரை பயன்பாட்டில் உள்ளதை புதைபடிவம் மூலம் கண்டுபிடித்துள்ளனர்.

முடக்கத்தான் கீரை

வாத நோய்களைக் குணமாக்கும் வசீகரக் கீரை

கை, கால்கள் முடங்கிப் போய் விடாமல் தடுக்கும் கீரை இது. மூட்டு வலி, கீல் வாதம், இடுப்பு வலி போன்றவற்றை இக் கீரை குணப்படுத்து வதால்தான் 'முடக்கொற்றான்', 'முடக்கத்தான்' என்றும் குறிப்பிடுகின் றனர்.

வேலிகளில் படர்ந்து வளரும் களைச் செடி இது. இதன் ஆங்கிலப் பெயர் பல்லூன்வைன் (Balloon Vine) என்பதாகும். இதன் இலைகளைத் தனியே பறித்து, பிற கீரைகளுடன் சமைத்து உண்பதே நல்லது.

புரதம், கார்போ ஹைடிரேட், கால்சியம் போன்றவை தாராளமாக உள்ள கீரை முடக்கத்தான் கீரை. 100 கிராம் கீரை 60 கிலோ கலோரியைச் சக்தியாகத் தருகிறது.

கீரையில் தாராளமாக உள்ள கால்சியமும் புரதமும் தான் முடக்கு வாதத்தைக் குணமாக்குகிறது.

அரிசி, உளுந்து மாவை அரைக்கும்போது இதன் இலைகளையும் சேர்த்து அரைக்கலாம். மாவைப் புளிக்க வைக்காமல் உடனடியாக தோசையாகச் சுட்டுச் சாப்பிட வேண்டும். உடல் பருமனையும் உடல் வலியையும் இந்தத் தோசை குணமாக்கி விடும். அந்த அளவிற்கு இதில் தாராளமாக உள்ள கால்சியம் உப்பு கொழுப்பைக் கரைப்பதுடன் நரம்பு மண்டலத்தையும் அமைதிப்படுத்தி விடுகிறது.

இதனால் முறையே உடல் பருமனும் உடல் வலியும் குணமாகி விடுகின்றன.

கீல் வாதமும் இடுப்பு வலியும் குறைய முடக்கத்தான் கீரையை ரசம் அல்லது சூப்பாகத் தயாரித்து உணவில் சேர்க்கவும். மூட்டு வலி உள்ளவர்கள் தினம் இந்த ரசத்தை அருந்தலாம். முடக்கத்தான் இலையைக் கஷாயமாகச் சாப்பிட்டாலும் உறுதியான பலன்கள் உண்டு.

இலைகளை ஆமணக்கு எண்ணெயில் வதக்கி வீக்கம், வலி உள்ள இடங்களில் கட்டலாம்.

30, 40 வயதுக்கு மேற்பட்ட ஆண்களும், பெண்களும் வாரத்திற்கு மூன்று வேளையாவது முடக்கத்தான் கீரை ரசம், தோசை என்று சாப்பிட்டு வந்தால் எலும்பு மெலிவு நோய், இடுப்பு வலி, முதுகு வலி இன்றி ஆரோக்கியமாக வாழலாம் என்பது உறுதி செய்யப்பட்ட உண்மையாகும்.

மூக்கிரட்டை

அழகான தோற்றத்தைத் தரும் அதிசயக் கீரை

மூக்கிரட்டைக் கீரையின் ஆங்கிலப் பெயர் 'ஸ்பெரட்டிங் ஹாக் வீட் (Spreading Hog Weed)'. இந்த மூக்கிரட்டைக் கீரையின் இலைகளை மற்ற கீரைகளுடன் சேர்த்துச் சமைத்துச் சாப்பிட்டால் நல்ல பலன்கள் உண்டு. பிற கீரைகள் மூலம் வைட்டமின் ஏயும், சியும் தாராளமாகக் கிடைப்ப தால் ரத்தம் தூய்மையாகி நோய்கள் விலகி அழகான தோற்றம் கிடைக்கும்.

இதற்கான புரதமும் மாவுப் பொருளும் கால்சியமும், இரும்புச் சத்தும் இக் கீரையில் பொங்கி வழிகின்றன. அழகான பெண்கள் சிலர் படு மக்காக இருப்பதைப் பார்த்திருக்கிறோம். இவர்கள் மூளையின் திசுக்களில் பாஸ்பரஸ் உப்பு குறைவாக இருப்பதே இதற்குக் காரணம். இது வரை நாம் பார்த்த கீரை வகைகளில் 100 மி.கி. அளவு பாஸ்பரஸ் உப்பு இந்தக் கீரையில் தான் இருக்கிறது. இதனால் மூளை விழிப்புடன் இருந்து பொது அறிவுத் தகவல்களையும் பிற தகவல்களையும் விழிப்புணர்வுடன் வைத்துக் கொள்ளும். எனவே, மூளையின் சக்திக்காகவும் இக் கீரையை நன்கு பயன்படுத்த வேண்டும், நம் உணவில்.

100 கிராம் கீரையில் உள்ள சத்துகள்

புரதம்	-	6 கிராம்
கொழுப்பு	-	0.9 கிராம்

மாவுப் பொருள்	-	7 கிராம்
கால்சியம்	-	667 மில்லி கிராம்
பாஸ்பரஸ்	-	150 மில்லி கிராம்
இரும்பு	-	18.4 மில்லி கிராம்

மொத்த சக்தி 61 கிலோ கலோரி என்று உள்ளது. பி குரூப் வைட்டமின்கள் சிறிதளவு உள்ளன.

இந்தக் கீரையை கூட்டாகவும் தயாரித்துச் சாப்பிடலாம். பிரசவம் எளிதாக நடைபெற இக்கீரை நன்கு உதவும். ரத்தம் நன்கு சுத்தமாகும். எலும்பு மண்டலம் உறுதியாகும். கொழுப்பு கரையும். சிறுநீர் நன்கு பிரியும்.

மலச் சிக்கலுக்குக் கடையல், பொரியல் என்று சாப்பிடலாம். எப்படிச் சாப்பிட்டாலும் வாத நோய், பிற கீரைகளுடன் சேர்த்துச் சமைத்துச் சாப்பிடுவதால் பார்வைத் திறன் அதிகரிக்கும்.

மஞ்சள் காமாலையின் போது இக்கீரையையும் சமைத்துச் சாப்பிட்டால் விரைந்து குணம் பெறலாம்.

பொன்னாங்கண்ணி கீரை

உடலைப் பொன்மேனியாக்கும் உன்னதக் கீரை

சொறி, சிரங்கு, வறண்ட தோல் முதலியவற்றைக் குணமாக்கி தேகத்தைப் பொன்னாக மினுக்கச் செய்யும் உன்னதக் கீரை இது.

மாவுப் பொருட்கள் தாராளமாக இருப்பதால் கொஞ்சமாகச் சாப்பிட்டாலும் நன்கு திருப்தி தரும் கீரை இது.

வெள்ளைப் பூண்டு, பருப்பு, புளி, சேர்த்துக் கடைந்து உண்டால் கண் தொடர்பான பிரச்னைகளும் குணமாகும். கண்களுக்குக் குளிர்ச்சியும் தரும்.

கொழுந்து இலைகளைக் கூட்டு சமைத்து சாப்பிட்டால் உண்ணுவதற் குச் சுவையாக இருக்கும். அதே நேரத்தில் மேனியும் பொலிவு பெறும்.

100 கிராம் கீரையில் உள்ள சத்துக்கள்

புரதம்	-	*5 கிராம்*
கொழுப்பு	-	*0.7 கிராம்*
மாவுப் பொருள்	-	*12 கிராம்*
நார்ப் பொருள்	-	*3 கிராம்*
கால்சியம்	-	*500 மில்லி கிராம்*
இரும்பு	-	*17 மில்லி கிராம்*
பாஸ்பரஸ்	-	*60 மில்லி கிராம்*

கரோட்டீன்	-	1920 மைக்ரோ கிராம்
பி குரூப் வைட்டமின்கள்	-	சிறிதளவு
ஆற்றல்	-	73 கிலோ கலோரிகள்

வயிற்று வலி, வாய் துர்நாற்றம், வெள்ளை நோய், மஞ்சள் காமாலை, நெஞ்செரிச்சல், மூட்டு வலி போன்றவையும் குணமாகும்.

100 கிராம் சுத்தம் செய்யப்பட்ட கீரையைச் சாப்பாட்டு நெய்யில் தேங்காய்த் துருவல் சேர்த்து வதக்கிச் சாப்பிட்டு வந்தால் விந்து ஆரோக்கியமாக விருத்தியடையும்.

சுத்தமான கொழுந்து இலைகளை மிக்ஸியில் அரைத்து, ஓர் எலுமிச்சம் பழம் அளவு காலையில் முதல் உணவாகச் சாப்பிட்டு வந்தால் கண் தொடர்பான பிரச்னைகள் அனைத்தும் குணமாகும்.

45 நாட்கள் இதே போலச் சாப்பிட வேண்டும். இதனால் உடலில் சொறி, சிரங்கு இருந்தாலும் ரத்த சோகை இருந்தாலும் குணமாகி விடும்.

பொன்னாங்கண்ணி கீரை தைலம் கிடைக்கிறது. இந்த எண்ணெயைத் தலையில் தேய்த்து வந்தால் வெப்பம் குறையும். கண் நோய்களும் குணமாகும்.

கல்லீரல் நன்கு செயல்படவும் தாய்ப்பால் நன்கு சுரக்கவும் பொன்னாங் கண்ணி கீரை மிகவும் நல்லது.

பச்சை நிறமுடைய சிறிய இலைகளை உடைய பொன்னாங்கண்ணி கீரையைச் சமைக்க வேண்டும். சிவப்பு நிறமுடைய பெரிய இலைகள் கொண்ட பொன்னாங்கண்ணி கீரை அழகிற்காக வீட்டில் வளர்க்கலாம். இதை எவரும் சமையலுக்குப் பயன்படுத்த மாட்டார்கள்.

எனவே, பச்சை நிறமுள்ள சிறிய இலைகளைக் கொண்ட பொன்னாங் கண்ணி கீரையையே சமையலுக்குப் பயன்படுத்தவும்.

கேல் (Kale) கீரை

இளமையை நீட்டிக்கும் மகத்தான கீரை

நம் உடலில் முதுமையையும் நோயையும் ஏற்படுத்தும் ஃப்ரீராடிக்கல் என்னும் திரவம் சுரந்து கொண்டே இருக்கிறது. இவற்றைக் கட்டுப் படுத்தத்தான் ஏ, சி, ஈ போன்ற வைட்டமின்கள் நிறைந்த உணவைச் சாப்பிட ஆலோசனை தருகின்றனர் மருத்துவர்கள். ஏனெனில், இவை மிகச் சிறந்த ஆன்ட்டி ஆக்ஸிடென்ட்கள்.

இந்த மூன்று வைட்டமின்கள், கொலஸ்ட்ராலை உறிஞ்சும் நார்ச் சத்துகள் ஆகியவற்றை விட மிகச் சிறந்த உணவாக இரண்டே இரண்டு உணவுகள் திகழ்கின்றன. அவை?

கேல் என்னும் சிறந்த உணவான கீரை. இன்னொரு உணவு பசலைக் கீரையாகும். இவை இரண்டுமே ஃபரீ ராடிக்கல் திரவத்தை படு ஆற்றலுடன் உறிஞ்சி வெளியேற்றி விடுகின்றன. இந்த உண்மைகளை பிரிட்டனைச் சேர்ந்த சிறந்த உணவுகளின் ஊட்டச் சத்து நிபுணர்களான ஸ்டீவன் பிராட் என்பவரும் கதி மாத்யூஸ் என்பவரும் கண்டுபிடித்துக் கூறியுள்ளனர்.

கேல் (Kale) கீரை சுருண்ட இலைகளை உடைய கோசுக் கீரை வகையாகும். ஊதா நிறக் கோசுக் கீரை வகை என்றும் கூறுகின்றனர்.

கடுகுக் கீரை, முள்ளங்கிக் கீரை, முட்டைக்கோஸ் போன்ற இலைக் காய்கறி குடும்பத்தைச் சேர்ந்ததுதான் கேல். கிளைக்கோசுக் கீரையைப் போல் அடிக்கடி சாப்பிட வேண்டிய கீரை இதுவாகும்.

குளிர் காலத்தில் உண்ண வேண்டிய சிறந்த நோய் எதிர்ப்புச் சக்திக் கீரையாக கேல் கீரை திகழ்கிறது. அந்த அளவிற்கு வைட்டமின்களும், பைட்டோ கெமிக்கல்களும் நிறைந்த கீரை இது.

நீர்ச் சத்து நிரம்பிய கீரை. அதனால் கீரையில் உள்ள சத்துகள் எல்லாம் உடலில் நன்கு உறிஞ்சப்படுகின்றன. பச்சையாகவும் நீராவியில் அவித்தும் தண்ணீரில் வேக வைத்தும் பொரித்தும் கூட்டாகவும் இக் கீரையை உண்ணலாம்.

கேல் கீரையில் உள்ள சத்துகள்

வைட்டமின் பி2, வைட்டமின் பி3, வைட்டமின் பி6, வைட்டமின் பி12, வைட்டமின் சி, வைட்டமின் ஈ, வைட்டமின் கே, பீட்டா கரோட்டீன், ஃபோலிக் அமிலம், லூட்டின் (Lotien), கால்சியம், செம்பு, இரும்பு, மக்னீசியம், மாங்கனீஸ், பொட்டாசியம், சிலிக்கான், துத்தநாகம், ஃப்ளாவோனாயிட்ஸ், குளூகோசைனோலேட்ஸ் (Glucosinolates), நார்ச் சத்து என்று வைட்டமின்களும் தாது உப்புகளும் நிரம்பி வழிகின்றன.

குணமாகும் நோய்கள்

- பாக்டீரியாக்களும், வைரஸ் கிருமிகளும் உடலில் இருக்காமல் தடுக்கப்படும்.
- ஆன்ட்டி ஆக்ஸிடென்ட்டாகச் செயல்படுகிறது.
- வீக்கம் குறையும்.
- முதுமை அடைவதைத் தாமதப்படுத்தும்.
- புற்றுநோய் குணமாகும்.
- விஷப் பொருள்கள் வெளியேறும்.
- ரத்தத்தில் சர்க்கரை அளவு சரி செய்யப்படும்.
- உடலின் சக்தி மேம்படும்.
- நோய் எதிர்ப்புச் சக்திக்கு நல்லது.
- மூளை, முடி, நகம், பற்கள், தோல், இதயம், தசை மண்டலம், ஜீரண மண்டலம் ஆகியவற்றிற்கு நல்லது.
- நாளமில்லா சுரப்பிகள் சிறப்பாகச் செயல்பட்டு ஹார்மோன் கள் நன்கு சுரக்க உதவும்.

எப்படிச் சாப்பிடுவது?

கடுகு எண்ணெய் ஒரு தேக்கரண்டி, பூண்டு மூன்று பற்கள், சுத்தம் செய்த கேல் கீரை கால் கிலோ, சோயாசாஸ் ஒரு தேக்கரண்டி, அரை தேக்கரண்டி கடுகு.

பெரிய வாணலியில் எண்ணெயை ஊற்றிச் சூடானதும் பூண்டுப் பற்களைப் போட்டு வதக்கவும். பிறகு கீரைகளைப் போட்டு இரண்டு தேக்கரண்டி தண்ணீர் விடவும். தண்ணீர் ஆவியாகும்வரை கீரையை வேக வைக்கவும். பிறகு சோயா சாஸையும் கடுகையும் போட்டுக் கிளறிவிட்டு தட்டில் பரிமாறி சாப்பிடவும். உப்பு சேர்க்க வேண்டாம்.

இன்னொரு வகையில் 1/4 முதல் 1/2 கிலோ வரை கேல் கீரை, இரண்டு தேக்கரண்டி ஆலிவ் எண்ணெய், சிறிதாக நறுக்கிய ஒரு வெங்காயம், பூண்டுப் பற்கள் மூன்று, மிளகுத் தூள் 1/2 தேக்கரண்டி, 1/4 தேக்கரண்டி மிளகாய்த் தூள், ஒரு சிட்டிகை உப்பு.

ஒரு பெரிய வாணலியில் கொதிநீரை நிரப்பி அதில் கீரையைப் போடவும். இரண்டு நிமிடம் கழித்து தண்ணீரை வடித்து விடவும். ஒரு பெரிய பானில் (Pan) எண்ணெயை ஊற்றிச் சூடுபடுத்தி பூண்டு, வெங்காயம் போன்றவற்றை வதக்கவும்.

பிறகு கீரை, உப்பு, மிளகுத்தூள், மிளகாய் தூள் போன்றவற்றைப் போட்டு நான்கு நிமிடங்கள் கிளறவும். பிறகு எடுத்துச் சூடாகப் பரிமாறவும்.

இத்துடன் மற்ற கீரை வகைகளைப் போலவும், இந்தக் கீரையை கடைந்தும் பொரித்தும் கூட்டு வைத்தும் உண்ணலாம்.

இளமை தொடரும்

கேல் கீரையில் உள்ள பி வைட்டமின்களும் பீட்டா கரோட்டீனும் செம்பு, சிலிக்கான் போன்ற உப்புகளும் நாம் முதுமை அடைவதைத் தடுத்து அழகான தோற்றத்துடன் இளமையாகக் காட்சியளிக்க உதவுகிறது.

புகை பிடிப்பவர்களுக்கு...

புகை பிடிப்பவர்களின் நுரையீரல் கெட்டுப் போகாமல் பீட்டா கரோட்டீன் தடுக்கிறது. பீட்டா கரோட்டீன் தாராளமாக உள்ள உணவுகள் புற்றைத் தடுக்கின்றன. பீட்டா கரோட்டீன் வைட்டமின் ஏயாக மாறி நுரையீரல் புற்றைத் தடுத்து விடுகிறது. புகை பிடிப்பவர்கள் இரண்டு சிறிய கேரட்டுகளுடன் கேல் கீரைப் பொரியலையும் உணவில் சேர்த்து வந்தால் நுரையீரலில் புற்று தாக்காமல் நலமாக வாழலாம்.

பார்வைத் திறனை அதிகரிக்கும்!

வயதாக வயதாக பார்வைத் திறன் அதிகரிக்க லூட்டின், ஜியாக்ஸ் ஆன்த்தின், பீட்டா கரோட்டீன் ஆகியவை கேல் கீரையில் தாராளமாக இருக்கிறது. இதனால் கண்கள் தொடர்பான அனைத்துப் பிரச்னைகளும் குணமாகும்.

மூளையின் சக்தி அதிகரிக்க

வைட்டமின் பி6 மற்றும் பி12 இக் கீரையில் உள்ளன. இவை மூளையின் சக்தியை அதிகரித்து ஞாபக சக்தி குறையாமல் பார்த்துக் கொள்கின்றன. நோய் எதிர்ப்புச் சக்தியையும் அதிகரிக்கிறது. அசைவ உணவுகளில் மட்டுமே உள்ள வைட்டமின் பி12 கேல் கீரையில் தாராளமாக இருப்பது குறிப்பிடத் தக்கது. கால்சியம் உப்பும் இக் கீரையில் தாராளமாக இருக்கிறது.

வில்லன் நடிகரான எம்.என். நம்பியார் 90 வயதுக்கு மேல் நலமாக வாழ்ந்து மறைந்தவர். இவரது தோல், முகம் போன்றவை முதுமைக்கே உரிய சுருக்கமோ, வறட்சியோ இன்றி பளபளப்புடன் காட்சியளித்தது. எப்படி?

'நான் செடி கொடிகளை மட்டுமே அதிகம் சாப்பிடுகிறவன். அதனால் தான் பளபளப்பாக இளமைத் துடுப்புடன் காட்சியளிக்கிறேன்' என்றார் நம்பியார். இவர் சாப்பிட்ட கீரைகளில் சிலிக்கான் என்ற உப்பு தாராளமாக கிடைத்ததே இதற்குக் காரணம்.

கேல் கீரையில் தாராளமாக உள்ள சிலிக்கான் உப்பு, தோல், நகம், முடி போன்றவற்றை ஆரோக்கியமாகப் பாதுகாக்கிறது. எனவே, உறுதியான இளமைத் தோற்றம் அனைவருக்கும் தொடரும்.

புற்று இனி இல்லை

உடலில் புற்றை உருவாக்கும் பொருள்கள் உயிரணுக்களில் இருந்தால் இக் கீரையில் உள்ள குளூகோசனோலேட்ஸ் என்ற இயற்கையான தாவர ரசாயனப் பொருள் அவற்றை வடிகட்டி வெளியேற்றி விடுகிறது.

கொலஸ்ட்ரால் கரையும்

இந்தக் கேல் கீரையில் உள்ள ஃப்ளாவோனாயிட்ஸ் என்ற நுண்ணிய ரசாயனப் பொருள் ரத்தம் திரவமாக ஓட உதவுகிறது. கொலஸ்ட்ரால் எனப்படும் கொழுப்பையும் இது கரைப்பதால் மாரடைப்பு தடுக்கப்படுகிறது.

இரும்புச் சத்தும் துத்தநாக உப்பும் தாராளமாக இருப்பதால் நோய் எதிர்ப்புச் சக்தி அதிகரிக்கிறது.

கேல் கீரையில் தாராளமாக உள்ள வைட்டமின் சி வைரஸ் கிருமிகளை ஒழித்து ஜலதோஷத்தைக் குணமாக்குகிறது. ஆஸ்துமா, மூட்டு இணைப்புகளில் வலி போன்றவையும் தடுக்கப்படுகிறது.

மக்னீசியம் உப்பும், ஃபோலிக் அமிலமும் நல்ல மனப்பான்மையை எப்போதும் தொடரும்படி பார்த்துக் கொள்கிறது. போதிய அளவு நார்ச் சத்து இருப்பதால் மலக் கட்டு குணமாகிறது. ஜீரண சக்தி மேம்படுகிறது.

மிகப் பெரிய காய்கறி அங்காடிகளில் கேல் கீரை தாராளமாகக் கிடைக் கிறது. இதைத் தேடிப் பிடித்து உண்போம். உடல் நலம் காப்போம்.

கிளைக்கோசு

ரத்தத்தைச் சுத்தப்படுத்தும் ரசவாதக் கீரை

இதற்கு 'மரக் கோசு' என்ற பெயரும் உண்டு. பெல்ஜியம் நாட்டின் பிரஸ்ஸல்ஸ் நகரில் 100 ஆண்டுகளுக்கு மேலாகப் பரியிடப்பட்டு வருவதால் இதற்கு 'பிரஸ்ஸில் ஸ்ப்ரௌட்ஸ் (Brussel Sprouts)' என்று ஆங்கிலத்தில் பெயர்.

டர்னிப், முட்டைக் கோசு, முள்ளங்கி போன்றவை போன்று இலைக் காய்கறி குடும்பத்தைச் சேர்ந்தது கிளைக்கோசு.

பசலைக் கீரையும், முட்டைக் கோசும், புற்றுக் காரணிகளை, 'என்ன சேதி?' என்று மிகுந்த வீரியத்துடன் அழிக்கும். அவற்றைவிட இரண்டு மடங்கு அதிகமாக இக் கீரை (கோசு) அழிக்கிறது.

வீட்டுத் தோட்டத்திலேயே கிளைக்கோசை விதை களாகத் தூவி பயிர் செய்யலாம். கிளைக்கோசை சமையலிலும் ஊறுகாயிலும் பயன்படுத்த லாம். கிளைக்கோசு முட்டைக் கோஸைப் போலவே இருக்கும் இலைக் காய்கறி ஆகும்.

100 கிராம் கீரையில் உள்ள சத்துக்கள்

புரதம்	-	5 கிராம்
கொழுப்பு	-	0.5 கிராம்
நார்ப் பொருள்	-	1.2 கிராம்

மாவுப் பொருள்	-	7 கிராம்
கால்சியம்	-	45 மில்லி கிராம்
பாஸ்பரஸ்	-	80 மில்லி கிராம்
இரும்புச் சத்து	-	72 மில்லி கிராம்
சோடியம்	-	8 மில்லி கிராம்
பொட்டாசியம்	-	475 மில்லி கிராம்
மக்னீசியம்	-	27 மில்லி கிராம்
கந்தகம்	-	213 மில்லி கிராம்
குளோரின்	-	22 மில்லி கிராம்
பாஸ்பரஸ்	-	6 மில்லி கிராம்
வைட்டமின் சி	-	72 மில்லி கிராம்
கரோட்டீன்	-	126 மைக்ரோ கிராம்
கிடைக்கும் ஆற்றல்	-	5 கிலோ கலோரி

இத்துடன் பி குரூப் வைட்டமின்கள் சிறிதளவு உள்ளன (ஃபோலிக் அமிலம் மட்டும் தாராளமாக உள்ளது).

ஆண்மைக் குறைவு மற்றும் உடல் பருமன் போன்ற பிரச்னைகளைத் தீர்க்கும் ஆர்ஜினைன் என்ற அமினோ அமிலம் தாராளமாக இருக்கிறது. புற்றை உண்டாக்கும் ரசாயனப் பொருள்களையும் இந்த ஆர்ஜினைன் அடித்து நொறுக்கி விடும்.

லியூசின், ஐஸோலியூசின், வேலைன் போன்ற அமினோ அமிலங்களும் தாராளமாக உள்ளன. இவை கிளைக்கோசுவிற்கு முதன்மையான புரதம் என்னும் சிறப்பைத் தருகின்றன.

கிளைக்கோசை கறியாகச் சமைத்தும் ஊறுகாயாகத் தயாரித்தும் உணவில் சேர்த்துக் கொள்ளலாம். பச்சையாகச் சாப்பிடக் கூடாது. சமைக்காமல் சாப்பிடக் கூடாது.

எல்லா விதமான புற்றுகளையும் தடுக்கிறது. முக்கியமாக பெருங்குடல் மற்றும் வயிற்றில் உள்ள புற்றையும் அழிக்கிறது.

காய்ச்சல் குணமாகும்

காய்ச்சல் குணமாக பாந்தோனிக் அமிலம் என்ற பி குரூப் வைட்டமின் இதில் தாராளமாக இருக்கிறது. வைட்டமின் ஏயைப் போல் இந்த பி 5 வைட்டமினும் நோய் எதிர்ப்புச் சக்தியை அதிகரிக்கிறது. ரத்தத்தில் காரச் சத்து குறையாமல் பார்த்துக்கொள்கிறது.

இதனால் காய்ச்சலுடன் பிற நோய்களும் குணமாக ஆரம்பிக்கின்றன. காய்ச்சல் விரைந்து குணமாக இக்கீரையைச் சாப்பிடும் நாள்களில் தட்டைப் பயறு, புராக்கோலி, காளான், காலி ஃபிளவர் என இந்த நான்கில் ஏதேனும் ஒன்றையாவது சேர்த்து உண்ணவும்.

காய்ச்சலின்போது ஏற்படும் மன இறுக்கத்தையும் கவலையையும் பாந்தோனிக் அமிலம் தாராளமாக உள்ள கிளைக்கோசு குணமாக்கி விடும்.

ரத்தம் சுத்தமாவதுடன் தோலில் அழுக்கு, வறட்சி போன்றவை இல்லாமல் பார்த்துக்கொள்வது கந்தகம். ரத்தத்தில் உள்ள கழிவுப் பொருள்களையும் இந்த உப்பு வெளியேற்றுவதால் ஆரோக்கியமான முடி, நகம் என்று வளர்கிறது. தோல் சம்பந்தமான கோளாறுகள் குணமாக கந்தக உப்பு சேர்த்தே பல விதமான கிரீம்கள் தயாரித்து விற்பனையில் உள்ளன.

கிளைக்கோசில் கந்தக உப்பு மிகவும் தாராளமாக உள்ளது. தோல் நோயாளிகள், முடி கொட்டுவதுடன் நக வளர்ச்சி இல்லாதவர்கள், வறண்ட தோல் கொண்டவர்கள் காலி ஃபிளவர், முருங்கைக் கீரை, வெந்தயக் கீரை ஆகியவற்றுள் ஏதேனும் ஒன்றுடன் கிளைக்கோசை சமைத்துச் சாப்பிடவும்.

இதயம் வேக வேகமாகத் துடிப்பது பொட்டாசியம் உப்பின் குறைபாட்டினாலேயே. இத்துடன் உடலில் அதிகச் சோர்வு ஏற்படாமல் பார்த்துக் கொள்வது, உயர் ரத்த அழுத்தம் ஏற்படாதவாறு பார்த்துக் கொள்வது பொட்டாசியம் உப்பின் செயல்பாடே. கிளைக்கோசில் பொட்டாசியம் உப்பு பொங்கி வழிகிறது.

கந்தகமும், பொட்டாசியமும் தாராளமாக இருப்பதால் தான் உலகம் முழுவதும் கிளைக்கோசிற்கு முக்கியத்துவம் கொடுக்கின்றனர். ரத்தக் கொதிப்பு நோயாளிகள் கேழ்வரகு, கம்பு, சம்பா கோதுமை, ரவை, கோதுமை மாவு ஆகியவற்றுள் ஒன்றுடன் இந்த இலைக் காய்கறியைச் சேர்த்துச் சாப்பிடலாம். இதனால் பக்கவாதம், மாரடைப்பு தடுக்கப் படும்.

இளமைத் துடிப்பிற்கு

கிளைக்கோசில் வைட்டமின் சியும், கரோட்டீனும் போதிய அளவில் உள்ளன. இவை இரண்டும் நோய் எதிர்ப்புச் சக்தியை அதிகரிக்கின்றன. ஞாபக சக்தியை வைட்டமின் சி புதுப்பிக்கிறது. இளமைத் துடிப்புடன் வாழவும், இளமையான தோற்றத்தைப் பெறவும் வைட்டமின் ஏயும் சியும் உதவுகின்றன.

அனைத்து வயதினரும் கேரட் பொரியலுடன் இரண்டு பெரிய நெல்லிக் காயையும் கிளைக் கோசுடன் சேர்த்துச் சாப்பிட்டு வரவும்.

ஆரோக்கியமான குழந்தைக்கு

கர்ப்பம் தரித்தது முதல் பிரசவம் ஆகும்வரை ஃபோலிக் அமிலம் தாராள மாக உள்ள உணவுகளை பெண்கள் உண்டு வந்தால் ஆரோக்கியமான சுறுசுறுப்பான குழந்தைகள் பிறப்பார்கள். கிளைக்கோஸில் இந்த ஃபோலிக் அமிலம் தாராளமாக இருக்கிறது. இந்த வைட்டமின் பி யுடன் மக்னீசியம் உப்பும் தாராளமாக இருக்கிறது. இதனால் மகிழ்ச்சியான மனநிலை உறுதியாகத் தொடரும்.

அப்படியே ஏதேனும் ஒரு கவலை குறுக்கிட்டால் வைட்டமின் பி5 என்ற பாந்தோனிக் அமிலம் 'கவலைப்படாதே' என்று நம்மைச் சமாதானப்படுத்தி விடும். எனவே, கிளைக்கோசிற்கு முக்கியத்துவம் கொடுங்கள்.

பருப்பு சேர்த்து துவட்டல், பச்சடி என்று சமைத்துச் சாப்பிடலாம்.

மலச் சிக்கல்... கொலஸ்ட்ரால்...

செரிமான மண்டலத்தில் உள்ள நார்ச் சத்து புதுப்பிக்கிறது. கொலஸ்ட் ராலையும் கரைத்து விடுகிறது. ஒமேகா 3 என்ற நல்ல கொழுப்பு அமிலம் உள்ள தாவர வகை உணவுகளுள் கிளைக்கோசும் ஒன்றாகும். ஒமேகா 3ம் கொலஸ்ட்ராலைக் குறைக்கும்.

ஆரோக்கியமான இதயம், சீரான ரத்த ஓட்டம், ஆஸ்பிரின் மாத்திரை போல ரத்தம் கெட்டியாகாமல் பார்த்துக் கொள்வதால், மாரடைப்பு தடுப்பு ஆகியன ஒமேகா 3 தரும் நன்மைகளாகும்.

புற்று இனி இல்லை

கேல் கீரையில் இன்டோல்ஸ் என்ற பொருள் புற்றைத் தடுக்கிறது. இதைப்போல கிளைக்கோசில் உள்ள குளூகோசைனோசேட்ஸ், சல்ஃபோலாபேன் போன்ற ரசாயனப் பொருள்கள் புற்றுக் காரணிகள் எங்கேயிருந்தாலும் அழித்து விடுகின்றன.

எனவே, சிறந்த சத்துணவான கிளைக்கோசைத் தேடிப் பிடித்து நம் உணவில் இடம் பெறச் செய்வோம்.

முட்டைக்கோசைச் சமைப்பது போலவே இதையும் சமைத்தால் போதும்.

வல்லாரைக் கீரை

வெண் புள்ளிகளைக் குணமாக்கும் வல்லமைக் கீரை

வல்லாரைக் கீரைக்கு ‘இந்தியன் பென்னிவொர்ட் (Indian Penny wort)’ என்பது ஆங்கிலப் பெயராகும். வல்லாரையின் தாயகம் இந்தியாதான். அதனால்தான் இந்தியன் பென்னிவொர்ட் என்று பெயர்.

தானாகவே வளரும் படர் கொடி வகைக் கீரை இது.

வல்லாரையில் வல்லாரைன் (Vellarine) என்ற எண்ணெய்ப் பொருள் தாராளமாக இருக்கிறது. எனவேதான் இக் கீரை மிகுந்த நறுமணத்துடன் திகழ்கிறது. அதே நேரத்தில் பெக்டிக் அமிலம் என்ற அமிலமும் இருக்கிறது. இந்த பெக்டிக் அமிலம்தான் வல்லாரைக்குக் கசப்புச் சுவையைத் தருகிறது.

ஆனால், உண்மையில் கீரை இனிப்பு, துவர்ப்பு, புளிப்பு, கசப்பு ஆகிய நான்கு சுவைகளுடன்தான் இருக்கிறது.

100 கிராம் கீரையில் உள்ள சத்துகள்

புரதம்	-	*2.1 கிராம்*
கொழுப்பு	-	*0.5 கிராம்*
நார்ச் சத்து	-	*4.2 கிராம்*

மாவுச் சத்து	-	6 கிராம்
கால்சியம்	-	224 மில்லி கிராம்
இரும்பு	-	69 மில்லி கிராம்
பாஸ்பரஸ்	-	32 மில்லி கிராம்
ஆற்றல்	-	37 கிலோ கலோரிகள்

கால்சியம் சத்து இக் கீரையில் மிகவும் தாராளமாக இருப்பதால் நரம்புத் தளர்ச்சி, உடல் சோர்வு, உடல் பருமன், கொழுப்பு போன்றவைகளுக்கு நல்லது. கால்சியம், கொழுப்பு, கொலஸ்ட்ரால் போன்றவற்றைக் கரைப்பதால் உடல் பருமன் எளிதாக குணமாகி விடும்.

இரும்புச் சத்தும் வைட்டமின் சியும் ரத்தத்தைச் சுத்திகரிக்கும். வைட்டமின் ஏ பார்வை மங்குவதைத் தடுக்கும். வைட்டமின் சியும் பீட்டா கரோட்டீனும் ஆன்ட்டி ஆக்ஸிடென்ட்டுகள் என்பதால் புற்று நோய், இதய நோய் போன்றவை குணமாகும். இவை இரண்டையும் முன்கூட்டியே தடுக்கவும் இந்த ஆன்ட்டி ஆக்ஸிடென்ட்டுகள் உதவும்.

ஞாபக மறதி குணமாகும்

தற்போது அல்ஜீமர்ஸ் என்ற ஞாபக மறதி நோயால் பலர் அவதிப்படு கின்றனர். ஞாபக மறதி நோயை முற்றிலும் குணமாக்கும் அரிய உணவு மருந்து இது. பெரியவர்களும், குழந்தைகளும் இழந்த நினைவாற்றலை உறுதியாகப் பெற உதவும் கீரை இது.

ஆட்டிசம் பாதித்த குழந்தைகளின் நினைவாற்றலையும் வளர்த்து அவர்களை முழுக் கவனத்துடன் செயல்படவும் அவர்களைத் தூண்டும்.

வெண் புள்ளிகள் குணமாகும்

வல்லாரைக் கீரை ரத்தத்தைச் சுத்தப்படுத்திக் கொண்டே இருப்பதால் ரத்தம் சுத்தமாகி தோல் நோய்களும் வெண் புள்ளிகளும் முழுமையாக குணமாகும்.

வீக்கம் குறையும்

வல்லாரையைப் பருப்புடன் சேர்த்துச் சமைத்து உண்டு வந்தால் வீக்கங்கள் குறையும். உள் உறுப்புகள் பலம் பெறும்.

எப்படிச் சாப்பிடுவது?

பச்சை நிறமுள்ள வல்லாரை இலையை மட்டுமே பயன்படுத்தவும். பழுப்பு நிற இலையைப் பயன்படுத்தக் கூடாது.

இந்த வல்லாரைக் கீரையைப் பாசிப் பருப்புடன் சேர்த்து பொரியலாக வாரம் ஒரு வேளை அல்லது இரு வேளை சாப்பிடலாம். அதிகம் சாப்பிட்டால் மூளை அதிகம் சிந்தித்து கோமா நிலைக்குப் போய் விடும். எனவே, எச்சரிக்கை தேவை.

கீரைச் சாற்றை தேன், பால், மோர் போன்றவற்றுள் ஏதேனும் ஒன்றில் கலந்து அருந்தினால் கீரையின் கசப்பு தெரியாது. மூன்று தேக்கரண்டி கீரைச் சாற்றில் ஒரு தேக்கரண்டி பசு நெய் கலந்து அருந்தினால் நல்ல கொழுப்பு அதிகரிக்கும்.

வெயிலில் உலர்த்தப்பட்ட வல்லாரைக் கீரையை மிக்ஸி மூலம் பொடியாக்கி வைத்துக் கொள்ளவும். சாறுக்குப் பதிலாக இந்தக் கீரைப் பொடியையும் பயன்படுத்தலாம்.

ஞாபக சக்தியையும் உடல் நலனையும் புதுப்பிக்க ஒரு தேக்கரண்டி வல்லாரைக் கீரைப் பொடியும் அதே அளவு நல்லெண்ணெயையும் மதிய உணவு சாதத்தில் போட்டுப் பிசைந்து சாப்பிட வேண்டும். வாரத்திற்கு மூன்று வேளை இதே முறையில் சாப்பிடவும். மீதி நான்கு வேளை கறிவேப்பிலைப் பொடியையும் நல்லெண்ணெயையும் சாதத்தில் சேர்த்துப் பிசைந்து சாப்பிடவும்.

கல்லீரல் பலம் பெற

மஞ்சள் காமாலை குணமாகவும் கல்லீரல் பலம் பெறவும் தலா ஒரு தேக்கரண்டி வல்லாரைக் கீரைச் சாறு, கீழா நெல்லிச் சாறு முதலிய வற்றைப் பத்து மில்லி ஆட்டுப் பாலில் (அல்லது பசும்பாலில்) கலந்து அதிகாலையில் வெறும் வயிற்றில் அருந்தி வர வேண்டும். இதனால் மஞ்சள் காமாலை குணமாகும். கல்லீரலும் பலம் பெறும். மருத்துவர் தரும் மருந்துகளும் முக்கியம்.

மூட்டு வலியைத் தவிர்க்க

நரம்பு மண்டலம் பலம் பெற ஒரு டம்ளர் பசும்பாலில் ஒரு தேக்கரண்டி வல்லாரை கீரைப் பொடியைக் கலந்து அருந்தி வர வேண்டும்.

இருமல் இருந்தால் அதிமதுரப் பொடியில் ஒரு சிட்டிகை அளவு இந்தப் பாலில் கலந்து அருந்தவும். அதிமதுரப் பொடி சித்தா மருந்துக் கடைகளில் கிடைக்கிறது.

காய்ச்சல் குணமாக

ஒரு கைப்பிடி அளவு வல்லாரை இலை, 15 துளசி இலை பத்து மிளகு போன்றவற்றை மூன்று டம்ளர் தண்ணீரில் கொதிக்க வைத்து வடிகட்டி

அருந்த வேண்டும். ஒரு வேளைக்கு ஒரு டம்ளர் வீதம் மூன்று வேளை வீதம் அருந்தி வர வேண்டும். துளசி மனக் கவலையைக் குணமாக்கும்.

மன நோயாளிகளும் இதே முறையில் அருந்த வேண்டும். காய்ச்சல், மனக் கவலை, மன நோயாளிகளின் மன நிலை என அனைத்தையும் துளசியில் உள்ள சத்துகள், வல்லாரை இலையுடன் சேர்ந்து மாற்றும். நன்கு வியர்த்து காய்ச்சல் குணமாகும். மன வருத்தம் மறையும். மன நோயாளிகள் அமைதியாக வாழ முடிவு செய்வார்கள்.

மார்புச் சளி, மண்ணீரல் வீக்கம், தலை வலி, கொப்புளங்கள், வயிறு தொடர்பான நோய்கள், வி.டி. நோய்கள், சொறி சிரங்கு, மேகப் புண், காச நோய் என அனைத்தும் வல்லாரையைச் சமைத்துச் சாப்பிட்டு வருவதன் மூலம் எளிதில் குணப்படுத்தலாம்.

வல்லாரையில் கொழுப்பு எண்ணெய் சிட்டோஸ்டிரோல் என்னும் எண்ணையும் டானின் என்ற துவர்ப்புப் பொருளும் உள்ளன. இதனால் தான் வல்லாரை ஒரு விதமான தனிச் சுவையுடன் திகழ்கிறது.

பள்ளி மாணவிகள் ரத்த சோகையைத் தவிர்த்து, கணிதப் பாடத்தில் நல்ல மதிப்பெண்கள் வாங்க இக்கீரையில் தாராளமாக உள்ள இரும்புச் சத்து உதவுகிறது.

சிந்தனை செய்ய வைக்கும்

ஞாபக சக்தியை வளர்த்துக்கொள்ள வல்லாரையைவிடச் சிறந்த உணவு மருந்து எதுவுமில்லை. மூளையின் ஒவ்வொரு உயிரணுவிலும் பாஸ்பரஸ் உப்பு தாராளமாக இருந்து அறிவாற்றலுடன் சிந்திக்க வைக்கிறது. அதனால்தான் இதை சரஸ்வதி கீரை என்கின்றனர். வாரத்திற்கு ஒரு வேளையோ அல்லது இரண்டு வேளையோ இந்தக் கீரையைச் சாப்பிட்டால் போதும்; நீங்கள் எப்போதும் புத்திசாலிதான்.

தினமும் சாப்பிட்டால் மூளை தினமும் சிந்தித்துச் சிந்தித்துக் கோமாவில் கொண்டுபோய் விட்டு விடும். எனவே, எச்சரிக்கையுடன் வாரம் ஓரிரு வேளை மட்டுமே வல்லாரையை உணவில் சேருங்கள். உடல் நலத்துடன் செல்வ வளத்தையும் பெறுங்கள்.

வல்லாரைக் கீரையைப் பருப்புடன் கலந்து கடைந்து வாரம் இரண்டு முறை உண்டு வந்தால் சிறுநீரகப் பிரச்னைகள், வெண் புள்ளிகள், மலச் சிக்கல், பசியின்மை போன்றவை குணமாகும்.

பாசிப் பருப்பு, பூண்டு, வெங்காயம் சேர்த்துப் பொரியல், பச்சடி என்று சமைத்துச் சாப்பிட்டால் காய்ச்சல், தோல் நோய் ஆகியவை குணமாகும். மூளை, இதயம் பலப்படும்.

வல்லாரை இலையைத் தோசையாகத் தயாரித்தும் சாப்பிடலாம். வல்லாரைக் கீரையினால் பல் துலக்கினால் மஞ்சள் நிறப் பற்கள் பளிச் வெண்மை நிறத்தில் காட்சியளிக்கும்.

வல்லாரைக் கீரைப் பொடியை நாள்பட்ட புண்களின் மீது தூவி வந்தால் புண்கள் வேகமாக குணமாகும்.

வல்லாரை ஓர் அற்புதமான உணவு மருந்து. மிகவும் புத்திசாலித்தனத் துடனும் ஆரோக்கியமாகவும் வாழ வாரம் இரு முறை வல்லாரையை நம் உணவில் சேர்த்து வருவது மிகவும் நல்லது.

லெட்டூஸ் கீரை

கர்ப்பிணிகளுக்கு உரமூட்டும் உயரிய கீரை

சாலட் (Salad) என்றால் பச்சடி என்று பொருள். பச்சடிக் கீரை வகை களுள் முதலிடத்தில் இருப்பது லெட்டூஸ் என்னும் இலைக் காய்கறியே!

ரத்தத்தில் காரச் சத்தும், பீட்டா கரோட்டீனும் அதிகரித்தால் காய்ச்சலோ, தொற்று நோயோ எட்டிப் பார்க்காது. மேலும் உடல் நலப் பிரச்னைகள் ஏதேனும் இருந்தால் அவை உடனடியாக குணமாக ஆரம்பிக்கும். அந்த அளவிற்கு காரச் சத்தும் பீட்டா கரோட்டீனும் தாராளமாக உள்ள கீரை இது.

எனவே, பச்சையாகவும் சமைத்தும் சாப்பிட வேண்டிய அரிய கீரை இது.

புற்றைத் தடுக்கும் லெட்டூஸ்!

புற்று நோயைத் தவிர்ப்பவர்களே நீண்ட நாள்கள் உயிர் வாழ்வார்கள். அதற்கு லெட்டூஸ் கீரையே துணை! ரத்தத்தில் வைட்டமின் ஏயும் பீட்டா கரோட்டீனும் குறைவாக இருந்தால் எல்லா வகையான புற்று நோய் களும் தாக்கும் அபாயம் உள்ளது. குறிப்பாக, நுரையீரல் புற்று நோய் தாக்கும் பழம், காய்கறி, கீரை போன்றவற்றைப் போதிய அளவிற்குச் சாப்பிடாதவர்களுக்குப் புகை பிடிப்பவர்களுக்கு வருவதுபோல நுரை யீரல் புற்று நோய் வரும். 12 ஆண்டுகள் 3000 பேரை ஆராய்ந்து

இந்த உண்மைகளைக் கண்டுபிடித்தனர். இந்த 3000 பேரும் சுவிட்சர்லாந்து நாட்டில் வாழ்கின்றனர்.

நமது ரத்தத்தில் வைட்டமின் சியின் அளவு குறைவாக இருந்தால் வயிறு மற்றும் உணவுப் பாதையில் புற்று தாக்கும். ஆனால் லெட்டூஸில் வைட்டமின் சி அதிகம்.

ரத்தத்தில் ஃபோலிக் அமிலம் தாராளமாக இருந்தால் எல்லா வகையான புற்றுகளும் தடுக்கப்படும். குறிப்பாக நுரையீரல், கழுத்து, கணையம் ஆகிய உறுப்புகளில் புற்று தாக்காது. ஃபோலிக் அமிலம் போலவே தக்காளியில் உள்ள லைகோபனும் புற்றைத் தடுக்கிறது.

லெட்டூஸ் கீரையைப் பச்சடியாகவோ, சமைத்தோ சாப்பிட்டால் வயிற்றுப் புற்று நோய் விரைந்து குணமாகிறது.

கீரை வகைகளில் ஃபோலிக் அமிலம் தாராளமாக இருக்கிறது. லெட்டூஸ் கீரையில் ஃபோலிக் அமிலமும் வைட்டமின் ஏயும் தாராளமாக இருப்பதால் எல்லா வகையான புற்று நோய்களும் தடுக்கப்படுகின்றன. லெட்டூஸ் கீரையில் தாராளமாக உள்ள லுட்டின் என்ற கரோடினாய்டும் புற்றைத் தடுக்கிறது.

ஜப்பான், இங்கிலாந்து, போலந்து ஆகிய நாடுகளில் வயிற்றுப் புற்று நோய் அதிக அளவில் காணப்பட்டது. எனவே, அங்கெல்லாம் லெட்டூஸ் கீரையை வாரத்திற்கு ஐந்து வேளை சாப்பிட சிபாரிசு செய்தனர். கரோடினாய்டு அதிகம் உள்ள குறிப்பாக பீட்டா கரோட்டீன் தாராளமாக உள்ள கேரட், புராக்கோலி, பசலைக் கீரை, அடர் பச்சை லெட்டூஸ் கீரை, பறங்கிக் காய், இனிப்பு உருளைக் கிழங்கு ஆகியவற்றையும் நன்கு உணவில் சேர்க்க வேண்டும்.

லெட்டூஸ் கீரையில் கரோட்டின் சத்து தாராளமாக இருப்பதால் கர்ப்பப்பை சம்பந்தமான புற்றும் தடுக்கப்படுகிறது.

லெட்டூஸ் கீரையைப் பச்சையாக, சாலட்டாகச் சாப்பிட்டால் வயிற்றுப் புற்று நோய் மூன்று மடங்கு வேகத்தில் குணமாகும். அதே நேரத்தில் ஐந்து மடங்கு வேகத்தில் புற்று தாக்குவதும் தடுக்கப்படும்.

எனவே, லெட்டூஸ் கீரை சாப்பிடும் நாள்களில் பறங்கிக் காய், தக்காளி ஆகியவற்றுள் ஏதேனும் ஒன்றையாவது சமைத்து உணவுடன் சேர்த்து உண்ணுங்கள். இதனால், புற்று நோய் தாக்காது; 100 ஆண்டுகளைக் கடந்தும் நலமாக வாழலாம்.

எல்லா நோய்களும் குணமாகும்

லெட்டூஸ் கீரையைச் சாலட்டாகவோ அல்லது சமைத்தோ சாப்பிட்டாலும் ரத்தத்தில் காரப் பொருள் அதிகரிப்பதால் இரும்புச் சத்துடன்

ரத்தத்தைச் சுத்தப்படுத்துவதால் நோய்க் கிருமிகள் அழிகின்றன. யூரிக் அமிலம் வெளியேறி விடுவதால் சிறுநீரகப் பிரச்னை, மூட்டு வலி போன்றவையும் தடுக்கப்படும்.

ஆஸ்துமா, மலச்சிக்கல், நீரிழிவு, தாய்ப் பால் குறைவாகச் சுரப்பது, ரத்த சோகை, எலும்பு மெலிவு நோய் போன்ற உடல்நலப் பிரச்னைகள் விரைந்து குணமாகின்றன.

நம் மனதும் மூளையும் இளமையாக இருக்க இக்கீரையில் தாராளமாக உள்ள மக்னீசியம் உப்பும், சிலிக்கான் உப்பும் உதவுகின்றன.

100 கிராம் லெட்டூஸ் கீரையில்

புரதம்	-	*1.2 கிராம்*
கொழுப்பு	-	*0.3 கிராம்*
நார்ப் பொருள்	-	*0.5 கிராம்*
மாவுச் சத்து	-	*2.5 கிராம்*
கால்சியம்	-	*50 மில்லி கிராம்*
பாஸ்பரஸ்	-	*24 மில்லி கிராம்*
இரும்பு	-	*30 மில்லி கிராம்*
மக்னீசியம்	-	*30 மில்லி கிராம்*
சிலிக்கான்	-	*10 மில்லி கிராம்*
கோலைன்	-	*180 மில்லி கிராம்*
ஆற்றல்	-	*42 கிலோ கலோரிகள்*

(இத்துடன் ஃபோலிக் அமிலம், வைட்டமின் சி, வைட்டமின் ஏ போன்றவையும் தாராளமாக உள்ளன.)

எகிப்து நாட்டில் 4500 ஆண்டுகளுக்கு முன்பே லெட்டூஸ் கீரையை உணவில் பயன்படுத்தி உள்ளனர்.

பண்டைய கிரேக்கர்களும், இந்தியர்களும் இக் கீரையின் மூலம், வயிற்றுப் புண் முதலியவற்றிற்கு உணவு மருந்தாகப் பயன்படுத்தி உள்ளனர்.

கி.பி. ஏழாம் நூற்றாண்டில்தான் லெட்டூஸ் கீரை சீனாவில் அறிமுகம் ஆகியது. இன்று இங்கிலாந்து, அமெரிக்கா ஆகிய நாடுகளில் உள்ளவர்கள் மட்டுமே தினசரி லெட்டூஸ் கீரையை உணவில் சேர்த்து நலத்துடனும், வளத்துடனும் வாழ்ந்து வருகின்றனர்.

மூளையின் ஆற்றல் சிறப்பாக இருக்க லெட்டூஸ் கீரை தேவை. இந்தக் கீரையில் கோலைன் என்ற பி குரூப் வைட்டமின் சத்து தாராளமாக இருக்கிறது. இதனால் நமது திறமையை நம்பிக்கையுடன் பயன்படுத்தி வாழ்வில் முன்னேற கோலனுடன் மக்னீசியம் என்ற தாது உப்பும் உதவுகிறது. மக்னீசியம் உப்பும் லெட்டூஸில் தாராளமாக இருக்கிறது.

ஆண்மைக் குறைவையும் உடல் பருமனையும் தீர்க்கும் ஆர்ஜினைன் என்ற அமினோ அமிலமும் இக் கீரையில் தாராளமாக உள்ளன.

தூக்கமின்மையால் அவதிப்படுகிறவர்களுக்கு இக் கீரையில் உள்ள லெக்ட்டுகேரியம் (Lactucarium) என்ற கசப்புப் பொருள் நரம்பு மண்டலத்தை அமைதிப்படுத்தித் தூங்க வைக்கிறது. மக்னீசியம் உப்பும் மனக் கவலை ஏற்படாமல் பார்த்துக்கொள்வதால் உடனே தூங்கலாம். எனவே, இரவு உணவில் சாலட்டாக இக் கீரையைச் சாப்பிட்டாலும் உடனடியாகத் தூக்கம் வந்து விடும்.

கருவில் உள்ள குழந்தை ஆரோக்கியமாய் வளர லெட்டூஸில் தாராளமாக உள்ள ஃபோலிக் அமிலம் உதவுகிறது. லெட்டூஸ் கீரையை உணவில் சேர்த்து வந்தால் தாய்ப் பால் நன்கு சுரக்கும். எனவே, கர்ப்பிணிகள் குழந்தை பிறந்த பிறகும் தினசரி லெட்டூஸ் கீரையை உண்டு வரவும்.

தாய்ப் பால் நன்கு சுரக்கவும் மற்றும் மூலம், மலச் சிக்கல், சிறுநீர் நன்கு பிரியாமை போன்ற பிரச்னைகள் தீர பருப்பு சேர்த்துப் பொரியலாக லெட்டூஸ் கீரையை உணவில் சேர்த்து வரவும்.

தினமும் இக் கீரையைச் சாப்பிட்டு வந்தால் கருக் கலைப்பு ஏற்படாது. தவிர்க்க முடியாத சூழ்நிலையால் அத்தை மகனைத் திருமணம் செய்து கொண்ட பெண்களுக்குக் கருக் கலைப்பு ஏற்படும். இவர்கள் கருக் கலைப்பைத் தடுத்து முதல் தடவை தரித்த கர்ப்பத்தையே காப்பாற்றி ஆரோக்கியமான குழந்தை பெற லெட்டூஸ் கீரை உதவும்.

கர்ப்ப காலத்தில் ஏற்படும் ரத்த சோகையையும் இக் கீரை குணமாக்கும்.

லெட்டூஸ் கீரையை தினமும் சாப்பிடலாம்

நன்கு பச்சை நிறத்தில் உள்ள லெட்டூஸ் கீரையில்தான் வைட்டமின் ஏ, வைட்டமின் சி போன்றவை தாராளமாக உள்ளன.

எனவே, சாலட், பச்சடி, பொரியல், சாறு என்று எப்படிச் சாப்பிட்டாலும் நன்கு பச்சை நிறமுள்ள கீரையையே தேர்வு செய்யுங்கள்.

அதுபோல லெட்டூஸ் கீரையை நன்கு கழுவிய பிறகே சமைக்க வேண்டும். வீட்டிலேயே வளர்த்து வந்தால் புதிய கீரையைத் தினமும்

பறிக்கலாம். கழுவிய பிறகு சிறு சிறு துண்டுகளாக வெட்டி எலுமிச்சம் பழத்தைப் பிழிந்து பச்சையாகச் சாப்பிடலாம்.

முருங்கைக் கீரையைப் போல் லெட்டூஸ் கீரையையும் பாதி வெந்ததுமே அதாவது கால் அல்லது அரை வேக்காடு வெந்ததுமே அடுப்பில் இருந்து இறக்கி விடவும். இதனால் தாது உப்புகளும் வைட்டமின்களும் அழியாமல் கிடைக்கும். சமைக்கும்போது கீரையைவிட பருப்பு குறைவாக இருக்க வேண்டும்.

காலையில் 25 மில்லி அளவு இக் கீரைச் சாறு அருந்தவும். சுத்தம் செய்த 100 கிராம் கீரையை மிக்ஸி மூலம் சாறாக்கி வடிகட்டி அருந்த வேண்டும். நுரையீரல்களை இந்தச் சாறு நன்கு பலப்படுத்தும். எனவே, ஆஸ்துமா, மூச்சுத் திணறல் உள்ளவர்களும், நன்கு சிந்தித்து உற்சாகமாக வாழ விரும்புகிறவர்களும் லெட்டூஸ் கீரைச் சாறை காலை நேரத்தில் அருந்தி வருவது நல்லது.

இளம் பெண்கள் இச் சாற்றை அருந்தி வந்தால் சாற்றில் உள்ள சிலிக்கான் உப்பு வறட்சியான தோல் பளபளப்பாக மாற உதவும்.

மூளையும் இதயமும் பலம் பெற லெட்டூஸ் கீரைச் சாறு நன்கு உதவும். இதைப் பச்சடியாகவும் பொரியலாகவும் சாப்பிட்டு நலமாகவும் வளமாகவும் வாழ்வோம்.

சேப்பங் கீரை

நெஞ்செரிச்சலைத் தடுக்கும் அரிய கீரை

சேப்பங் கிழங்கைப் போலவே அதன் கீரையும் மருத்துவக் குணங்கள் நிரம்பியவை. கிழங்கைப் போல கீரையும் சத்து மிகுந்தவையே.

100 கிராம் சேப்பங்கீரையில் என்னென்ன சத்துகள் உள்ளன தெரியுமா!

புரதம்	-	4 கிராம்
கொழுப்பு	-	2 கிராம்
நார்ப் பொருள்	-	1.2 கிராம்
மாவுப் பொருள்	-	7 கிராம்
கால்சியம்	-	150 மில்லி கிராம்
பாஸ்பரஸ்	-	300 மில்லி கிராம்
ஆற்றல்	-	56கிலோ கலோரிகள்

இத்துடன் வைட்டமின் ஏயும் வைட்டமின் சியும் தாராளமாக உள்ளன.

சேப்பங் கீரையை புளி சேர்த்துச் சமைப்பதால் கசப்பு மறைகிறது. நெஞ்செரிச்சலும் தடுக்கப்படுகிறது. இரவு நேரத்தில் நெஞ்செரிச்சலால் தூங்க முடியாமல் அவதிப்படுவோர் இரவு உணவில் புளி சேர்த்துச் சமைத்த சேப்பங் கீரைப் பொரியலோ அல்லது பச்சடியோ சாப்பிடவும்.

காய்ச்சலா? மூட்டு வலியா?

காய்ச்சல் நேரத்தில் சேப்பங் கீரை சூப் நல்லது. இது ரத்தத்தில் பீட்டா கரோட்டீனை அதிகரிக்கச் செய்து உடலை வியர்க்க வைத்து காய்ச்சலைக் குணமாக்கி விடும்.

வாடிய கீரையை எவரும் சமைக்க மாட்டார்கள். ஆனால், சேப்பங் கீரையை சமைக்கலாம். சத்துகள் அழியாமல் அப்படியே கிடைக்கும்.

வயதானவர்களுக்கும் 30 வயதுக்கு உட்பட்டவர்களுக்கும் மூளை நலம் இதய நலம் ஆரோக்கியமாக இருக்க வேண்டும். இதற்காக பாஸ்பரஸ் மற்றும் கால்சியம் உப்பு இக் கீரையில் தாராளமாக உள்ளன.

சூப் சாப்பிடுங்கள்

சேப்பங் கீரையின் இலைகள் பெரிதாக முக்கோண வடிவில், பார்க்க மிகவும் அழகாக இருக்கும்.

சேப்பங் கீரையைத் தண்டுடன் சேர்த்தே சமைக்க வேண்டும். தண்டிலும் சத்துகள் நிரம்பி வழிகின்றன.

காய்ச்சலின்போது சூப்பாகத் தயாரித்தால் ஒரு டம்ளர் சூப்பில் ஒரு தேக்கரண்டி பசு நெய் சேர்த்துச் சாப்பிடவும். முதலில் சூப்பில் உள்ள இலைகளைச் சாப்பிட்டுவிட்டுப் பிறகு சூப்பை அருந்தவும்.

வயிற்று வலி, மலச் சிக்கல் தீரவும் பசு நெய் கலந்த சூப்பையே அருந்தவும்.

ரத்தக் கொதிப்பு

ரத்தக் கொதிப்பால்தான் பக்கவாதம், மாரடைப்பு போன்றவை தாக்கு கின்றன. புளியும் நெய்யும் கலந்த சூப்பை அருந்தி வந்தால் ரத்தக் கொதிப்பும் நெஞ்செரிச்சலும் குணமாகும். தாது பலமும் அதிகரிக்கும்.

சேப்பங் கீரைப் பொரியல் மூல நோயைக் குணமாக்கும். சேப்பங் கீரைச் சாறை புண்களின் மீது சில துளிகள் விட்டால் புண்கள் ஆற ஆரம்பிக்கும்.

மூளையைப் பாதுகாக்கும் அரிய கீரை இது.

கோவைக் கீரை

வெட்டை நோயைக் குணமாக்கும் வீரியமுள்ள கீரை

கோவைக்காயைப் போலவே இதன் கீரையும் கசப்புச் சுவை உடையதே. கோவைக்காயுடன் கீரையையும் சமைத்து உண்பதே நல்லது.

வெட்டை நோயைக் குணமாக்க (Gonorrhoea) தலா இரண்டு தேக்கரண்டி கீரைச் சாறு, நல்லெண்ணெய் முதலியவற்றை இரண்டு டம்ளர் நீராகாரத்துடன் சேர்த்து அருந்த வேண்டும். (முதல் நாள் இரவு சாதத்தில் மூன்று டம்ளர் தண்ணீர் ஊற்றி வைக்கவும். இந்தத் தண்ணீரில் இரண்டு டம்ளர் எடுத்துக் கொள்ளவும். இதுவே நீராகாரம்.) பத்து நாள்கள் இதேபோல தினம் அதிகாலை முதல் வேலையாக இதை அருந்தி வர வேண்டும். இதனால் வெட்டை நோய் குணமாகும்.

தோல் நோய்கள்

கோவை இலையைத் தண்ணீர் சேர்த்துக் காய்ச்சிக் குடிநீராக அருந்தி வருவது நல்லது. இதற்காக இலையைச் சிறு சிறு துண்டுகளாக நறுக்கி, தண்ணீரில் கொதிக்க வைத்து அருந்தி வர வேண்டும்.

தோல் நோய், வெட்டை நோய், சொறி, சிரங்கு, இருமல், எரிச்சல், கண் எரிச்சல், விக்கல், சளி, சிறுநீரகக் கற்கள் என அனைத்தும் இந்தக் குடிநீரால் விரைந்து நலமாகும்.

கோவை இலைகளை வெயிலில் உலர்த்தி மிக்ஸி மூலம் பொடியாக மாற்றி வைத்துக்கொள்ளலாம். இந்தத் தூளில் இரண்டு வைட்டமின் எடுத்து வாயில் போட்டுக்கொண்டு தண்ணீர் அருந்தவும். இதனால் இருமலும், கண் எரிச்சலும் குணமாகும். நீரிழிவு நோயாளிகள் இதே முறையில் தூளைச் சாப்பிடுவது நல்லது.

சீத பேதி

கோவைக் கீரைச் சாற்றில் இரண்டு தேக்கரண்டி வீதம் காலையும் மாலையும் இருவேளை சாப்பிடவும். கசப்பை மறக்க ஒரு தேக்கரண்டி தேனும் சேர்த்துச் சாப்பிடவும்.

50 மில்லி இலைச் சாற்றை நல்லெண்ணெயில் சேர்த்துக் காய்ச்சவும். எண்ணெய் 100 அல்லது 150 மில்லி இருக்கலாம். காய்ச்சிய எண்ணெயை ஒரு புட்டியில் வைத்துக்கொண்டு புண்கள், சொறி, சிரங்கு, படர் தாமரை முதலியவற்றில் தேய்த்து வந்தால் பூரண குணம் உறுதி.

கத்தரிக்காயை விட கசப்பானது கோவைக் காயும், கீரையும். எனவே, வாரம் இரண்டு வேளை மட்டுமே கீரை சாப்பிட்டால் போதும். இன்னொரு வகைக் கீரையுடன் சேர்த்துச் சமைத்தால் கசப்புச் சுவை தெரியாது.

பசி உணர்வையும் நோய் எதிர்ப்புச் சக்தியையும் அதிகரிக்க கோவைக் கீரை ஓர் அரிய உணவு மருந்து.

பீர்க்கன் கீரை

தோல் நோயைக் குணமாக்கும் அற்புதக் கீரை

கசப்புச் சுவை அதிகம் கொண்ட முதல் கீரை பீர்க்கன் கீரைதான். இதைப் பச்சையாகச் சாப்பிட முடியாது.

ஆனால், பசலைக் கீரை, வல்லாரைக் கீரை ஆகியவற்றைப்போல தோல் நோய்களை என்ன சேதி என்று கேட்டு உறுதியாகக் குணப்படுத்தி விடும், இந்தக் கீரை.

காரணம், இதில் உள்ள லூபின் (Luffin) என்னும் கசப்புப் பொருள் இரும்புடன் சேர்ந்து ரத்தத்தை நன்கு சுத்தப்படுத்துகிறது. எனவே, நாள்பட்ட தோல் நோயும் எளிதில் குணமாக ஆரம்பிக்கிறது.

பீர்க்கன் கொடியின் இலைகள், வேர், விதைகள் என அனைத்தும் மருத்துவக் குணங்கள் நிரம்பியவையே.

சொறி சிரங்கு, நாள்பட்ட புண்கள் ஆகியவை குணமாகப் பீர்க்கன் கொடி இலைகளை நன்கு அரைத்து, குறிப்பிட்ட இடங்களில் வைத்துக் கட்டினால் போதும். மூன்று கட்டுகளிலேயே முழுவதும் குணமாகி விடும். வீக்கங்கள் குணமாக இலையை அரைத்து பற்றாகப் போட வேண்டும்.

நீரிழிவு நோய்

பீர்க்கன் கீரை இலையை மிக்ஸி மூலம் சாறாக மாற்றி, அடுப்பில் வைத்துச் சூடானதும் ஒரு தேக்கரண்டி அந்தச் சாற்றைச் சாப்பிடவும்.

காலையில் மட்டும் சாப்பிட்டால் போதுமா? போதாது. மாலையும் இது போலச் சாப்பிட வேண்டும்.

இதனால் நீரிழிவு நோய் குணமாக ஆரம்பிக்கும். காய்ச்சல், பித்தம், இருமல், பசியின்மை குணமாகவும் இதே முறையில் சாப்பிடவும். மிகவும் கசப்பாக இருந்தால் ஒரு தேக்கரண்டி தேனும் சேர்த்துச் சாப்பிடவும்.

கீரைகள் நமது நண்பன்

தினமும் ஒரு கீரை வகையை நமது சாப்பாட்டில் சேர்த்து வந்தால் பெரும்பாலான நோய்களை வரும் முன்பே முளையிலேயே கட்டுப் படுத்தி விடலாம். இதன் மூலம் உடல் ஆரோக்கியமும் இளமையும் தொடரும்.

சாதம், சம்பா ரவை, இட்லி, கேழ்வரகு போன்ற முழுத் தானியங் களுடன் சேர்த்துச் சாப்பிட்டால் தான் கீரையின் பலன் முழுமையாகக் கிடைக்கும்.

தலை முடி கொட்டாமல் இருக்கவும், நரைக்காமல் கறுப்பு நிறத்துடன் காட்சி அளிக்கவும், கண் தொடர்பான பிரச்னைகள் அகலவும், ஒரே மாதிரியான இளமைத் தோற்றம் தொடரவும் பசலைக் கீரை, முள்ளங்கிக் கீரை, டர்னிப் கீரை, முருங்கைக் கீரை, கேரட் கீரை முதலியன நன்கு உதவுகின்றன. இவற்றில் ஆன்ட்டி ஆக்ஸிடென்ட்டான வைட்டமின் ஏ போதுமான அளவு உள்ளது.

நீண்ட நேரம் படிப்பவர்கள், எழுதுபவர்கள் மற்றும் கம்ப்யூட்டரில் வேலை பார்ப்பவர்களின் கண்கள் களைத்துப்போய் விடும். இவர்கள் மேற்கண்ட ஐந்து வகையான கீரைகளையும் தேடிப் பிடித்துச் சாப்பிட்டு வர வேண்டும். இதனால் கண்கள் உற்சாகம் பெறும். களைப்பு இராது.

நீரிழிவு நோயாளிகள் வெந்தயக் கீரை, பசலைக் கீரை, லெட்டூஸ் போன்றவற்றைச் சாப்பிடலாம். இவர்கள் தினமும் கறிவேப்பிலைத் துவையலைச் சேர்த்துக்கொள்ள வேண்டும்.

மற்றவர்கள் உயிரணுக்களைப் பாதிக்கும் ஃப்ரீ ராடிக்கல் என்னும் திரவத்தைக் கட்டுப்படுத்தி நோய்களை முன் கூட்டியே தவிர்த்துக் கொள்ளவுமே கீரையைச் சாப்பிட வேண்டும்.

வைட்டமின் ஏ, வைட்டமின் சி போன்ற ஆன்ட்டி ஆக்ஸிடென்ட்டுகளுடன் ஃபோலிக் அமிலமும், ஃப்ளாவோனாயிட்டும் கீரைகளில் தாராளமாக உள்ளன. இவை நோய் எதிர்ப்புச் சக்தியை அதிகரிப்பதுடன் பெருங்குடலையும் இதயத்தையும் ஆரோக்கியமாகப் பாதுகாக்கிறது.

மாவுச் சத்து மிகவும் குறைவாக உள்ள அற்புத உணவு கீரை வகைகள். பெரும்பாலான கீரை வகைகளில் இரும்புச் சத்து தாராளமாக இருப்பதால் ரத்த சோகை முழுமையாகக் குணமாகும்.

பெண்கள் ஊனமில்லாத குழந்தையைப் பெற்றெடுக்க திருமணம் உறுதி செய்யப்பட்டதுமே தினசரி ஏதேனும் ஒரு வகைக் கீரையை உணவில் சேர்த்து வந்தால் ஃபோலிக் அமிலம் தாராளமாகக் கிடைத்து, ஆரோக்கியமான குழந்தை உறுதியாகப் பிறக்கும்.

ஆண்களும் திருமணம் நிச்சயம் செய்யப்பட்டது முதலே கீரை சாப்பிட்டு வந்தால் ஃபோலிக் அமிலத்தால் ஆரோக்கியமான உயிரணுக்கள் தரமான விந்தின் மூலம் கிடைக்கும்.

ஆண்டு முழுவதும் கொத்தமல்லியும் புதினாவும் கிடைப்பதால் தினமும் இவற்றைத் துவையலாகச் சாப்பிடலாம். இதன் மூலம் வளர்சிதை மாற்றம் துரிதமாக நடந்து உடலில் கொழுப்பு சேமிப்பாகாமல் தடுக்கப் படுகிறது.

தினம் கொத்துமல்லிக் கீரையைத் துவையலாகச் சேர்த்து வந்தால் மூளையில் ஏற்படும் சூடும், மன அழுத்தமும் அகலும். வல்லாரைக் கீரையும் ஞாபக சக்தியை வளர்க்கும். உங்களுக்கும், உங்கள் குழந்தைகளுக்கும் வயதானவர்களுக்கும் வல்லாரை நல்லது.

பசலைக் கீரையை வாரம் மூன்று வேளை உணவில் சேர்த்து வந்தால் மூளையின் சக்தி அதிகரிக்கும்.

பால், தயிர் நன்கு சேர்த்துக்கொள்ள முடியாதவர்களுக்குப் புதினா சிறந்த நண்பன். புதினாத் துவையல் சேர்த்து வந்தால் கர்ப்பிணிகளின் கரு நன்கு வளர்ச்சி அடையும். இத்துடன் கறிவேப்பிலைத் துவையலும் சேர்த்து வந்தால் இந்த இரு கீரைகள் மூலம் சுண்ணாம்புச் சத்து நன்கு கிடைப்பதால் உடலில் புண்கள் இருப்பின் அவை குணமாகி விடும். தலை வலி பறந்து போய்விடும். எலும்பு மண்டலமும் பற்களும் நன்கு உறுதி பெறும்.

முருங்கைக் கீரை பார்வைத் திறனை அதிகரிப்பதுடன் எலும்பு மண்டல உறுதிக்கும் உதவுகிறது. ஆண்மைக் குறைவு ஏற்படாமலும் தடுக்கிறது.

மணத்தக்காளி கீரை போன்ற கீரைகளை அது தாராளமாகக் கிடைக்கும் காலங்களில் சாப்பிடலாம். வாய்ப் புண், தொந்தித் தொந்தரவு, சொறி சிரங்கு முதலியவற்றால் அவதிப்படுகிறவர்கள் மணத்தக்காளிக் கீரையால் நலம் பெறலாம். உடல் களைப்பாலும் இரவு தூக்கமின்மை யாலும் அவதிப்படுகிறவர்கள் மணத்தக்காளிக் கீரையைச் சமைத்து, இரவு உணவுடன் சேர்த்துக் கொண்டால் நன்கு தூக்கம் வரும். இதய நோய்களும் அகலும்.

வாரத்திற்கு மூன்று வேளை மணத்தக்காளிக் கீரையைச் சேர்த்து வந்தால் கல்லீரல் பலம் பெறும். காய்ச்சலும் தவிர்க்கப்படும். மீதி நான்கு நாள் களில் இரண்டு நாள் முருங்கைக் கீரை, இரண்டு நாள் தண்டுக் கீரை, வல்லாரைக் கீரை, முளைக் கீரை போன்றவற்றை எல்லா வயதினரும் சேர்த்து வருவது நல்லது.

தண்டுக் கீரை சாப்பிட்டால் புரதமும், கொழுப்பும் உடலால் நன்கு உறிஞ்சிக் கொள்ளப்படும். அதே நேரத்தில் கொலஸ்ட்ரால் உடலில் சேராமல் பார்த்துக்கொள்ளும். ஆட்டுக் கறி குழம்பு வைக்கும்போது தண்டுக் கீரையைப் பொரியலாக அல்லது சாம்பாராகச் சேர்த்துக் கொண்டால் உடலில் கொலஸ்ட்ரால் சேராது.

உடல் அழகு பெற வாரம் இரண்டுமுறை பொன்னாங்கண்ணிக் கீரையைச் சாப்பிடுவது நல்லது. இதே கீரையைத் தினமும் சூப்பாகவும் தயாரித்து அருந்தலாம். இதனால் முகம் அழகாகப் பொலிவுடன் திகழும். உடலின் தோலும் பொன்னிறமாக ஜொலிக்கும்.

எந்த வயதுக்காரராக இருந்தாலும் சரி ஒரு தேக்கரண்டி துளசி இலைச் சாறில் அதே அளவு சுக்குத் தூள், தேன் சேர்த்து தினம் ஒருவேளை அருந்தவும். இதனால் நுரையீரல்கள் பலம் பெறும். சளி, இருமல் தொந்தரவுகள் எட்டிப் பார்க்காது.

தினம் 12 துளசி இலைகளைப் பறித்து நன்கு மென்றும் சாப்பிடலாம். துளசி இலைக்கு மன இறுக்கம், நரம்புக் கோளாறு, ஞாபக சக்தி இன்மை, ஆஸ்துமா, இருமல், தொண்டை நோய்கள் முதலியவற்றை உடனுக்குடன் குணமாக்கும் சக்தி உண்டு. தினமும் பெருமாள் கோவிலுக்குச் சென்று துளசி தீர்த்தமும் துளசியும் பிரசாதமாகப் பெற்றுச் சாப்பிட்டாலும் மேற்கண்ட நன்மைகள் உறுதியாக உண்டு.

எனவே, தினம் ஒரு கீரையை அளவுடன் நம் உணவில் சேர்த்து உடல் நலத்தைப் புதுப்பித்து நீண்ட நாள்கள் வாழ்வோமாக.

எந்தெந்த நோய்க்கு என்னென்ன கீரைகள்

நோய் எதிர்ப்பு சக்தி அதிகரிக்க...

பசலைக் கீரை, அஸ்பராகஸ் கீரை, புதினா, கரிசலாங்கண்ணி கீரை, காசினிக் கீரை, தவசிக் கீரை, கேரட் கீரை, முளைக் கீரை, நச்சுக்கொட்டைக் கீரை.

காலரா

முருங்கைக் கீரை.

காய்ச்சல் குணமாக

முருங்கைக் கீரை, கறிவேப்பிலை, முள்ளங்கிக் கீரை, தவசிக் கீரை, கேரட் கீரை, புளிச்ச கீரை.

தொற்று நோய்கள்

பசலைக் கீரை, அகத்திக் கீரை, முள்ளங்கிக் கீரை.

வீக்கம், எரிச்சல், அழற்சி

பசலைக் கீரை, பருப்புக் கீரை, அஸ்பராகஸ் கீரை, கறிவேப்பிலை, கேரட் கீரை, நச்சுக்கொட்டைக் கீரை.

நீரிழிவு நோய்

பசலைக் கீரை, முருங்கைக் கீரை, வெந்தயக் கீரை.

உடல் சக்தி பெற

பசலைக் கீரை, அஸ்பராகஸ் கீரை, செலரிக் கீரை, முள்ளங்கிக் கீரை.

செரிமானமாக

புதினா, வெந்தயக் கீரை, பசலைக் கீரை, கேரட் கீரை, பருப்புக் கீரை, முளைக் கீரை, பிரண்டைக் கீரை.

பார்வைத் திறன் அதிகரிக்க

புதினா, வெந்தயக் கீரை, பசலைக் கீரை, பருப்புக் கீரை, கரிசலாங் கண்ணி கீரை, பீட்ரூட் கீரை, அகத்திக் கீரை, கறிவேப்பிலை, சக்கரவர்த்திக் கீரை, மூக்கிரட்டை.

இதய நோய்கள்

பருப்புக் கீரை, அஸ்பராகஸ் கீரை, கொத்தமல்லிக் கீரை, செலரிக் கீரை, முருங்கைக் கீரை, முள்ளங்கிக் கீரை, சதகுப்பைக் கீரை, வெந்தயக் கீரை, பசலைக் கீரை.

புற்று நோய்

பசலைக் கீரை, செலரிக் கீரை மற்றும் வைட்டமின் ஏ, சி ஆகிய சத்துகள் உள்ள அனைத்துக் கீரைகளும்.

மூளை மற்றும் ஞாபக சக்திக்கு

புளிச்ச கீரை, பசலைக் கீரை, முருங்கைக் கீரை, கரிசலாங்கண்ணி கீரை, பருப்புக் கீரை, அகத்திக் கீரை, கொத்தமல்லிக் கீரை, மணத்தக்காளிக் கீரை, பொன்னாங்கண்ணிக் கீரை, பாலக் கீரை.

ரத்த சோகை

மணத்தக்காளிக் கீரை, பசலைக் கீரை, அகத்திக் கீரை, கொத்தமல்லிக் கீரை, சிறுகீரை, தவசிக் கீரை, புளிச்சக் கீரை, சதகுப்பைக் கீரை.

எலும்பு மண்டலம் மற்றும் எலும்பு மெலிவு நோய்

பசலைக் கீரை, முருங்கைக் கீரை, தவசிக் கீரை, அரைக் கீரை, மணத்தக்காளிக் கீரை, முடக்கத்தான் கீரை.

மலச் சிக்கல்

பசலைக் கீரை, பருப்புக் கீரை, கரிசலாங்கண்ணிக் கீரை, சக்கரவர்த்திக் கீரை, மணத்தக்காளிக் கீரை.

சிறுநீரகப் பிரச்னைகள்

பசலைக் கீரை, காசினிக் கீரை, செலரிக் கீரை, புதினா கீரை, முள்ளங்கிக் கீரை, சதகுப்பைக் கீரை.

கர்ப்பத்தைத் தவிர்க்க

புதினா.

மாத விலக்கு பிரச்னைகள்

கரிசலாங்கண்ணிக் கீரை, சுக்காங் கீரை, பசலைக் கீரை, சதகுப்பைக் கீரை, வெந்தயக் கீரை, புதினா.

இளமையைப் புதுப்பிக்க

பொன்னாங்கண்ணி கீரை, பசலைக் கீரை, முருங்கைக் கீரை, புதினா, மூக்கிரட்டை.

மூலத் தொந்தரவு

பசலைக் கீரை, பிரண்டை, முள்ளங்கிக் கீரை, பொன்னாங்கண்ணி கீரை.

ஆண்மைக் குறைவு... மலட்டுத் தன்மை

பசலைக் கீரை, அஸ்பராகஸ் கீரை, சக்கரவர்த்திக் கீரை, புளிச்ச கீரை, முருங்கைக் கீரை, செலரிக் கீரை, முள்ளங்கிக் கீரை.

உடல் பருமன்

பொன்னாங்கண்ணி கீரை, பசலைக் கீரை, அரைக் கீரை, கறிவேப்பிலை, செலரிக் கீரை, கேரட் கீரை, புளிச்ச கீரை, புதினாக் கீரை, வெந்தயக் கீரை.

நன்கு பசி எடுத்துச் சாப்பிட

புளிச்ச கீரை, புதினாக் கீரை, அரைக் கீரை, கறிவேப்பிலை, கேரட் கீரை, தூதுவளைக் கீரை, பசலைக் கீரை.

வாந்தி, பித்தம், பசி, இருமல்

புதினாக் கீரை, பசலைக் கீரை, முருங்கைக் கீரை, கறிவேப்பிலை, முளைக் கீரை, தூதுவளை.

கவலைகளை மறக்க/மகிழ்ச்சியாக வாழ

பசலைக் கீரை, அஸ்பராகஸ் கீரை, கறிவேப்பிலை, முருங்கைக் கீரை, சக்கரவர்த்திக் கீரை.

ஆரோக்கியமான குழந்தை பெற

பசலைக் கீரை, ஃபோலிக் அமிலம் தாராளமாக உள்ள மற்ற கீரைகள், புளிச்ச கீரை.

தொண்டை நோய்கள் குணமாக/இனிமையான குரல் பெற

பசலைக் கீரை, சதகுப்பைக் கீரை, பருப்புக் கீரை.

ஆஸ்துமா

முருங்கைக் கீரை, சுக்காங் கீரை, செலரி, தூதுவளைக் கீரை, பிரண்டை, புதினாக் கீரை, மணத்தக்காளிக் கீரை.

கர்ப்பிணிகளுக்கு

முருங்கைக் கீரை, முடக்கத்தான் கீரை மற்றும் ஃபோலிக் அமிலம் தாராளமாக உள்ள கீரைகள்.

நச்சுப் பொருள்கள் வெளியேற

மணத்தக்காளிக் கீரை, அகத்திக் கீரை, கறிவேப்பிலை, சிறு கீரை, அஸ்பராகஸ் கீரை, சுக்காங் கீரை, புளிச்ச கீரை, சதகுப்பைக் கீரை, நச்சுக் கொட்டைக் கீரை.

பற்களின் ஆரோக்கியத்திற்கு

கரிசலாங்கண்ணி கீரை, புதினாக் கீரை, முள்ளங்கிக் கீரை, செலரிக் கீரை, முருங்கைக் கீரை, நச்சுக் கொட்டைக் கீரை.

சொறி, சிரங்கு, தோல் நோய்கள்

கரிசலாங்கண்ணி கீரை, சுக்காங் கீரை, முளைக் கீரை, தண்டுக் கீரை,

வெண் புள்ளிகள் குணமாக...

கறிவேப்பிலை, முள்ளங்கிக் கீரை.

சிவப்பாக மாற

பசலைக் கீரை, பருப்புக் கீரை, கறிவேப்பிலை, குப்பைக் கீரை, தவசிக் கீரை, வெந்தயக் கீரை.

சளி இருமல்...

குப்பைக் கீரை, தூதுவளைக் கீரை, புளிச்ச கீரை.

தூக்கமின்மை

தவசிக் கீரை, மணத்தக்காளிக் கீரை, முருங்கைக் கீரை, கொத்தமல்லி, சிறு கீரை, சுக்காங் கீரை.

மூட்டு வீக்கம்/மூட்டு வலி

பருப்புக் கீரை, சுக்காங் கீரை, பிரண்டை, புதினாக் கீரை, நச்சுக் கொட்டைக் கீரை, முடக்கத்தான் கீரை.

அழகான தோல் பெற...

பருப்புக் கீரை, குப்பைக் கீரை, கறிவேப்பிலை, தவசிக் கீரை, வெந்தயக் கீரை.

கொலஸ்ட்ரால் குறைய

பருப்புக் கீரை, அஸ்பராகஸ் கீரை, தவசிக் கீரை, வெந்தயக் கீரை.

ரத்தக் கொதிப்பு

பருப்புக் கீரை, செலரிக் கீரை, பீட்ரூட் கீரை, பிரண்டை.

ஜலதோஷம்

பருப்புக் கீரை.

வாய் நாற்றம் அகல

கொத்தமல்லி

நெஞ்செரிச்சல்

பருப்புக் கீரை, தூதுவளை, சதகுப்பை.

உடல் வலி

பிரண்டை, மணத்தக்காளிக் கீரை.

கல்லீரல் பிரச்னைகள், மஞ்சள் காமாலை நோய்

பருப்புக் கீரை, அஸ்பராகஸ், கரிசலாங்கண்ணிக் கீரை, முருங்கைக் கீரை, புதினாக் கீரை, முள்ளங்கிக் கீரை

தாய்ப் பால் நன்கு சுரக்க

முருங்கைக் கீரை, கொத்தமல்லிக் கீரை, சதகுப்பைக் கீரை.

---

www.ingramcontent.com/pod-product-compliance
Lightning Source LLC
LaVergne TN
LVHW100358181026
850499LV00037B/515

* 9 7 8 9 3 8 4 1 4 9 8 8 8 *